CHÚA THẬT NHƯ LỜI

TẠI SAO KINH THÁNH LẠI RẤT DỄ HIỂU,
CẦN THIẾT VÀ ĐẦY ĐỦ, ĐIỀU NÀY
CÓ NGHĨA GÌ CHO BẠN VÀ TÔI

KEVIN DeYOUNG

TIÊN
PHONG

"Lòng tin quyết của tôi vào Lời Chúa càng lớn hơn, sự thuận phục của tôi trước Lời Chúa càng sâu sắc hơn, còn tình yêu của tôi dành cho Lời Chúa càng ngọt ngào hơn, đó là kết quả từ việc đọc quyển sách này".

– **David Platt**, Mục sư, Hội thánh Brook Hills, Birmingham, Alabama; tác giả quyển sách Quyết liệt: Quay lại với Đức tin từ Giấc mơ Mỹ.

"Quyển sách nhỏ này là một dẫn nhập rất dễ đọc về sự dạy dỗ của Kinh Thánh về Kinh Thánh nhằm truyền đạt lại các đặc điểm giáo lý về bổn phận và thông tin của Kinh Thánh, mà không bị sa lầy vào những chi tiết phức tạp. Hãy mua thật nhiều quyển sách này và phân phối cho các trưởng lão, các chấp sự, các giáo viên trường Chúa Nhật, và bất kỳ ai trong Hội thánh muốn hiểu rõ hơn nữa về Kinh Thánh. Giáo lý sai trật phần nào đến từ sự ngu muội. Phước cho người nào làm thầy cô và giáo sư ở trong Hội thánh, họ giống như tác giả của quyển sách này phải tra cứu thần học kỹ lưỡng, rồi truyền dạy thật dễ hiểu mà không để cho quá trình tiêu hóa thần học trở nên khó khăn".

– **D.A. Carson**, Giáo sư Nghiên cứu Tân Ước, Trường Thần học Tin lành Ba Ngôi.

"Một trong những lời cầu nguyện của tôi dành cho mục vụ trong vòng 20 năm nữa đó là chúng ta sẽ chứng kiến trình độ viết lách về Kinh Thánh có sự đột phá mãnh liệt. Để điều này xảy ra, chúng ta phải biết Kinh Thánh nói gì và làm thế nào để nương cậy hết mình vào Lời ấy. DeYoung đã làm điều này thật tốt trong quyển Chúa Thật Như Lời. Cầu xin mọi người biết Đức Chúa Trời của Ngôi Lời và yêu mến hết thảy mọi điều ở trong đó bởi vì quyển sách nhỏ này".

– **Matt Chandler**, Mục sư Trưởng, Hội thánh Village, Dallas, Texas; Chủ tịch Hệ thống Mở Hội thánh Acts 29.

"Quyển sách này thật hay, súc tích, nhưng có sự nghiên cứu triệt để về thẩm quyền và tính đầy đủ của Kinh Thánh. Sự thông suốt và lòng đam mê là những dấu hiệu đặc trưng trong văn phong của Kevin DeYoung, còn quyển sách này là tác phẩm cao quý và quan trọng nhất của ông".

– **John MacArthur**, Mục sư, Hội thánh Cộng đồng Ân điển, Valley, California.

"Nếu chúng ta đang tìm một giáo lý rõ ràng và đơn giản về Kinh Thánh, đây là tác phẩm chúng ta cần tìm. Kevin DeYoung đã hoàn thành mục tiêu của ông khi truyền đạt những gì Kinh Thánh nói về Kinh Thánh. Ông đã hoàn thành bằng chính những phẩm chất mà chúng ta đã nhìn thấy ở ông: tính hiệu quả, tấm lòng mục sư, sự hóm hỉnh và sự run rẩy. Hơn hết, ông để cho Ngôi Lời tự nói về Ngài".

– **Kathleen B. Nielson**, Giám đốc Mục vụ Phụ nữ Tiềm năng, Hội Liên hiệp Phúc âm.

Gửi các thánh đồ ở Đông Lansing,
vì đã lắng nghe những bài giảng quý giá
trong một thập kỷ qua mà vẫn muốn biết
Chúa thật như Lời.

MỤC LỤC

1

Đức tin, cảm xúc, hành động

Linh hồn tôi đã gìn giữ chứng cớ Chúa, tôi yêu mến chứng cớ ấy nhiều lắm.

(Thi thiên 119:167)

Quyển sách này bắt đầu tại một thời điểm rất lạ lùng: từ một bài thơ tả về tình yêu.

Đừng lo, nó không phải của tôi. Cũng không phải của vợ tôi. Không phải từ một thiệp mời, một bộ phim, hoặc một khúc ba-lát hiện đại mới đây đâu. Cũng không phải là một bài thơ mới hay bài thơ ngắn nào cả. Nhưng chính xác là một bài thờ tả về tình yêu. Có lẽ chúng ta đã thấy nó rồi. Chúng ta cũng hát lời bài thơ ấy nữa đấy! Đó là một chương dài nhất trong một quyển sách dài nhất, chiếm một nửa tuyển tập gồm các sách rất dài. Trong số 1,189 chương trải đều ra 66 sách được viết trong vòng hai ngàn năm, thì Thi thiên 119 là chương dài nhất.[1]

---

[1] Thi thiên 119 là chương dài nhất trong Kinh Thánh về mọi mặt (nếu chúng ta để ý thấy các phân đoạn, mà đáng lẽ chúng ta nên ghi nhớ, thì đây không phải là sự phân chia hấp dẫn gì cả. Được gọi là quyển sách dài nhất của Kinh Thánh có hơi không đúng. Thi thiên là quyển sách dài nhất trong Kinh Thánh nếu chúng ta đếm các phân đoạn hoặc các câu Kinh Thánh. Nó chiếm gần hết các trang Kinh Thánh tiếng Anh. Nhưng vì số đoạn, số câu và số trang không có trong bản gốc viết tay, nên các học giả đã này ra cách khác để phân định độ dài của một sách. Tùy thuộc vào công cụ đo đếm, thì sách Giê-rê-mi, Sáng thế ký, và Ê-xê-chi-ên có lẽ dài hơn cả Thi Thiên.

Vì lý do chính đáng.

Đoạn Thi thiên này được viết theo thể thơ chữ cái đầu (*acrostic*). Có 8 câu trong mỗi khổ thơ, và trong mỗi khổ như vậy thì 8 câu đều bắt đầu bằng một chữ cái trong tiếng Hê-bơ-rơ. Nên câu 1 – 8 đều bắt đầu bằng *aleph*, câu 9 – 16 với beth, câu 17 – 24 với gimel, rồi cứ thế cho đến hết 22 đoạn và 176 câu – tất cả đều hớn hở bày tỏ tình yêu của mình dành cho Lời Chúa. Trong số 169 câu này, trước giả Thi thiên cũng nhắc đến một vài mối liên hệ trong Lời Chúa. Luật pháp, chứng cớ, điều răn, mạng lịnh, luật, lời hứa, lời – ngôn ngữ này xuất hiện gần như trong mỗi câu, thường là hai lần trong cùng một câu. Những từ ngữ này có các sắc thái về ý nghĩa riêng (thí dụ: điều Chúa muốn, hoặc điều Chúa định sẵn, hoặc điều Chúa truyền, hoặc điều Chúa đã phán), nhưng tất cả đều xoay quanh một ý lớn: sự mặc khải của Đức Chúa Trời bằng từ ngữ.

Chắc chắn là bài thơ tình yêu đầy phức tạp, được viết rất tế nhị, có ý đồ – dài nhất trong Kinh Thánh – không nói về hôn nhân hoặc con cái hoặc đồ ăn hoặc đồ uống hoặc núi non hoặc hoàng hôn hoặc dòng sông hoặc biển cả, mà nói về Kinh Thánh.

Niềm đam mê của nhà thơ

Tôi có thể hình dung ra nhiều người trong số chúng ta đã từng cố gắng làm thơ trước khi con cái xuất hiện, trước khi đính hôn, hoặc là nếu còn trẻ nữa thì trước khi học kỳ kết thúc. Tôi đã từng viết một vài bài thơ vào lúc ấy, thậm chí là bạn thân đi nữa thì tôi cũng không cho xem mấy bài thơ ấy đâu. Tôi không hổ thẹn vì cớ đề tài – mà tôi đã viết hoặc là viết tặng vợ chưa cưới của tôi cũng vậy thôi – nhưng tôi không nghĩ thể thức thơ là điều đáng tự hào. Đối với hầu hết chúng ta, viết ra một bài thơ về tình yêu chẳng khác gì làm mấy cái bánh quy bằng mầm lúa mì – đáng lẽ đó là hàng thiệt nhưng mùi vị lại không ngon.

Một vài bài thơ về tình yêu rất hay, giống như bài thơ Sonnet 116 của Shakespeare có chép như sau: "Chớ để tôi vào cuộc hôn nhân với những tâm trí còn ngần ngại. Tình yêu không còn là tình yêu nữa khi đã phát hiện có sự thay đổi", và tất cả đều giống như nhạc jazz. Đẹp đẽ. Rực rỡ. Choáng ngộp. Những bài thơ khác, không nhiều. Giống như bài thơ mà tôi đã tìm được trên mạng ở dưới đây, nhờ có người kia hồi tưởng lại tính lãng mạn xuất sắc thời niên thiếu của mình:

Kìa! Một con bò cô đơn

Này! Bò ơi!

Nếu tôi là con bò, thì sẽ trông như thế

Nếu tình yêu là đại dương, thì tôi là tàu Ti-ta-nic.

Hỡi em, tay anh bỏng hết rồi

Vì chảo tình nóng rực của đôi ta

Nhưng cảm giác sao lại tuyệt đến thế

Hơn kẹo cao su dán chúng ta

Mà em lỡ chân đạp lên rồi.

Lời lẽ dở quá, phải không? Cả về cách phê bình và chính bài thơ nữa. Thế nhưng, lối khẩu thuật về hình ảnh con bò và kẹo cao su lại thêm vào sự tinh tế và trí tưởng tượng hơn là phần đầu đề "Tình Phí" như sau:

Em gái khiến anh

Phải đánh răng

Chịu chải đầu

Lăn khử mùi

Gọi điện thoại

Em thật rạng ngời

Tôi nghĩ bài thơ này bộc lộ được những hy sinh có thực của

tuổi học trò anh dũng. Nhưng cho dù có nghiêm túc đến cỡ nào, đây là một bài thơ dở vô cùng. Hầu hết các bài thơ được viết ra khi chúng ta còn trẻ và đang yêu, nhớ lại thì – chúng ta hay nói sao nhỉ? – thật lố bịch. Một phần là vì có vài bạn thiếu niên rất giỏi làm thơ theo bản năng tự nhiên. Giống như bản năng thân thiện rất tự nhiên của loài mèo vậy. Nhưng lý do khác khiến những bài thơ tình cũ mềm trở nên khó đọc là vì chúng ta cảm thấy khó chịu với thứ tình cảm nồng nàn và quá nhiều lời ca ngợi. Chúng ta nghĩ rằng: "Ôi chao! Nghe giống như một đứa mười-chín tuổi đang yêu vậy. Tôi không tin mình lại đạt đến ngưỡng ấy. Đúng là quá lố!" Thật ngượng làm sao khi nhớ lại sự hăng hái vô độ và cảm xúc vô tận của ngày xưa, đặc biệt là khi mối quan hệ được khen dữ lắm mà không đi tới đâu, hoặc là khi tình cảm đã trở nên lạnh lẽo dần.

Tôi tự hỏi nếu chúng ta đọc một bài thơ giống như Thi thiên 119 và cảm thấy một chút ngại ngùng như thế thì sao nhỉ! Ý tôi là hãy nhìn vào các câu 129 – 136 mà xem:

Chứng cớ Chúa thật lạ lùng;

Cho nên lòng tôi giữ lấy.

Sự bày giãi lời Chúa, soi sáng cho,

Ban sự thông hiểu cho người thật thà.

Tôi mở miệng ra thở,

Vì rất mong ước các điều răn Chúa.

Xin Chúa hãy xoay lại cùng tôi, và thương xót tôi,

Y như thói thường Chúa đối cùng người yêu mến danh Chúa.

Xin hãy làm cho bước tôi vững trong lời Chúa;

Chớ để sự gian ác gì lấn lướt trên tôi.

Xin hãy chuộc tôi khỏi sự hà hiếp của loài người,

Thì tôi sẽ giữ theo các giềng mối Chúa.

*Xin hãy làm cho mặt Chúa soi sáng trên kẻ tôi tớ
Chúa,*

Và dạy tôi các luật lệ Chúa.

Những suối lệ chảy từ mắt tôi,

Bởi vì người ta không giữ luật pháp của Chúa.

Đây là một đoạn đầy cảm xúc – những suối lệ, sự mong ước,
sự tha thiết. Nếu chúng ta thành thật, thì bài thơ nghe giống
như kiểu thơ tình thời trung học được nói quá lên. Có sự thiết
tha và thành thật, nhưng pha một chút phi hiện thực, một chút
kịch tính về đời thực. Ai có thể bộc lộ những cảm nhận này về
các điều răn và luật lệ đây?

Hoàn thành từ lúc bắt đầu

Tôi có thể nghĩ tới ba phản ứng khác nhau cho niềm say mê
được lặp đi lặp lại đầy mong ước dành cho Lời Chúa trong Thi
thiên 119.

Phản ứng đầu tiên là: "Ừ, phải đó". Đây là thái độ của kẻ
hoài nghi, giễu cợt và bất cần đạo lý. Người này chỉ biết nghĩ
cho bản thân: "Ngày xưa thật là hay khi người ta có thái độ
tôn trọng dành cho luật lệ và điều răn của Đức Chúa Trời,
nhưng chúng ta không nên nghiêm trọng hóa những điều này.
Chúng ta thừa biết loài người thường thêm thắt lời lẽ vào
miệng của Đức Chúa Trời vì mục đích cá nhân của họ. Chúng
ta cũng biết mỗi lời "thiêng liêng" đều trộn lẫn với tư tưởng,
bài vở và sự giải nghĩa của loài người. Kinh Thánh, quyển
sách mà chúng ta cầm trong tay, không thể hiểu hết được, còn
nói thẳng ra thì cũng có nhiều chỗ không đúng nữa".

Phản ứng thứ hai là: "Hừm". Người này chẳng có vấn đề
trong việc tôn kính Lời Chúa hoặc tin tưởng Kinh Thánh. Trên
giấy thì có quan điểm cao thượng về Kinh Thánh. Còn thực tế
thì tỏ ra chán ngấy và không muốn liên quan. Người này cũng
chỉ nghĩ cho bản thân, mặc dù chẳng hề nói ra bao giờ: "Thi

thiên 119 dài quá. Chán nữa. Hôm nay là ngày đọc Kinh Thánh không may mắn của mình đây rồi. Cả đoạn nói đi nói lại cũng bấy nhiêu đó chữ. Mình thích Thi thiên 23 hơn".

Nếu phản ứng đầu tiên là "Ừ, phải đó" và phản ứng thứ hai là "Hừm", thì phản ứng thứ ba có thể là: "Đúng! Đúng! Đúng!" Đây là phản ứng của chúng ta khi các câu Kinh Thánh trong Thi thiên 119 rung lên tiếng chân lý ở trong đầu và làm cảm động tấm lòng của chúng ta, khi trước giả Thi thiên rờ chạm đến niềm say mê, cảm xúc và những hành vi của chúng ta (hoặc ít nhất là ước muốn nào đó của chúng ta). Đây là lúc chúng ta tự nhủ rằng: "Tôi thích đoạn Thi thiên này vì nó cất lên tiếng hát thay cho linh hồn tôi".

Mục đích của quyển sách này là giúp chúng ta có phản ứng thứ ba một cách trọn vẹn, thành thật và kiên định. Tôi muốn tất cả mọi biểu đạt trong Thi thiên 119 xảy ra ở trong đầu và tấm lòng của chúng ta. Thực ra mà nói, tôi bắt đầu quyển sách này bằng một kết luận. Thi thiên 119 là mục tiêu. Tôi muốn thuyết phục chúng ta (và cũng đảm bảo chính mình bị thuyết phục nữa) rằng Kinh Thánh không phạm sai lầm, có thể hiểu được, không thể bị lật úp, và là điều quan trọng nhất trong cuộc đời chúng ta, tức là điều thích hợp nhất để chúng ta đọc mỗi ngày. Chỉ khi nào chúng ta bị hết thảy những điều kể trên thuyết phục thì chúng ta mới thốt lên rằng: "Đúng! Đúng! Đúng!" mỗi khi đọc phân đoạn dài nhất Kinh Thánh này.

Hãy xem chương này là phần áp dụng và bảy chương còn lại của quyển sách là những khối lắp ghép cần thiết, hầu cho các kết luận của Thi thiên 119 đều được quả quyết. Hoặc là, nếu tôi có thể dùng một ẩn dụ dễ nhớ hơn, thì hãy nghĩ đến các đoạn từ chương 2 đến 8 giống như bảy cái bình khác nhau cùng đổ vào một cái vạc sủi bọt và chương này là kết quả của các chất xúc tác ấy. Thi thiên 119 cho chúng ta biết phải tin cậy Lời Chúa thế nào, cảm nhận Lời Chúa thế nào và làm gì với Lời Chúa. Đó là áp dụng. Đó là phản ứng hóa học xảy ra ở trong tôi con Chúa khi chúng ta tràn ngập tâm trí và tấm lòng mình bằng sự đầy đủ của Kinh Thánh, uy quyền của Kinh Thánh, tính rõ ràng của Kinh Thánh, và những gì chúng ta sẽ đối diện trong bảy chương còn lại. Thi thiên 119 là một đoạn biểu lộ sự ngợi khen được kiến tạo từ giáo lý chính thống tin lành của Kinh Thánh. Khi chúng ta nắm chắc mọi thứ Kinh Thánh nói về Kinh Thánh, thì – và khi đó – chúng ta sẽ tin những gì đáng tin về Lời Chúa, cảm nhận những gì đáng phải cảm nhận, và áp dụng những gì cần phải áp dụng từ Lời Chúa.

Tôi nên tin gì về Lời Chúa?

Trong Thi thiên 119, chúng ta thấy ít nhất ba đặc điểm thiết yếu đáng tin về Lời Chúa không thể tối giản hơn được nữa.

Đầu tiên, Lời Chúa nói sự thật. Giống như trước giả Thi thiên, chúng ta có thể tin tưởng Lời Chúa (câu 42), nhận biết tất cả đều là sự thật (câu 142). Chúng ta không thể tin tưởng mọi thứ ở trên Internet. Chúng ta không thể tin tưởng mọi thứ giáo sư nói. Chúng ta cũng không thể tin tưởng những lập luận từ các chính khách. Chúng ta không thể tin tưởng vào những người làm công tác xác minh thực tế! Các số liệu thống kê có thể bị bóp méo. Hình ảnh bị làm giả. Các trang bìa báo chí còn bị chỉnh sửa. Các thầy cô giáo, bạn bè, khoa học, những nghiên cứu, thậm chí là đôi mắt cũng có thể lừa chúng ta. Nhưng Lời Chúa hoàn toàn là sự thật và luôn luôn nói thật:

- Lời Ngài được vững lập đời đời (câu 89); không thay đổi.
- Luật pháp Chúa lấy làm rộng thay (câu 96); không có sự sai lạc.
- Các mạng lịnh công bình của Chúa còn đời đời (câu 160); chúng không bao giờ cũ đi và không bao giờ hết hạn.

Nếu chúng ta từng nghĩ rằng: "Tôi cần biết sự thật là gì – sự thật về con người tôi, sự thật về mọi người, sự thật về thế giới này, sự thật về tương lai, sự thật về quá khứ, sự thật về cuộc sống tốt đẹp là gì, và sự thật về Đức Chúa Trời", vậy thì hãy đến với Lời Chúa. Chỉ có Lời Chúa dạy về sự thật, Chúa Jêsus phán: "Xin Cha lấy lẽ thật khiến họ nên thánh; lời Cha tức là lẽ thật" (Giăng 17:17).

Thứ hai, Lời Chúa đòi hỏi điều đúng. Trước giả Thi thiên vui mừng nhận biết rằng Đức Chúa Trời làm điều đúng khi đưa ra các mạng lịnh và ông đã hạ mình đón nhận hết thảy mạng lịnh ấy là đúng. Ông nói rằng: "Hỡi Đức Giê-hô-va, tôi biết rằng sự xét đoán của Ngài là công bình" (Thi thiên 119:75). Các điều răn Chúa là thành tín (câu 86). Các giềng mối Chúa về muôn vật là phải (câu 128). Đôi khi tôi nghe thấy Cơ Đốc nhân thừa nhận rằng họ không thích những gì Kinh Thánh nói, nhưng vì quyển sách ấy là Kinh Thánh nên họ phải vâng lời. Ở cấp độ nào đó, thì đây là một tấm gương điển hình về một người đầu phục Lời Chúa. Nhưng, chúng ta cần phải đi xa hơn thế và học cách nhìn thấy sự tốt lành và đúng đắn ở trong các mạng lịnh của Đức Chúa Trời. Chúng ta cần phải yêu điều Chúa yêu và lấy làm vui trong mọi điều Chúa phán. Ngài không hề đưa ra luật lệ cách tùy tiện. Chúa không đưa ra mạng lịnh để hạn chế và gây khổ sở cho chúng ta. Ngài không bao giờ yêu cầu chúng ta làm chuyện bất khiết, vô tình, hoặc dại dột. Mạng lịnh của Ngài luôn có sự cao thượng, chính đáng, và công bình.

Thứ ba, Lời Chúa mang lại sự tốt lành. Theo Thi thiên 119, Lời Chúa là cách để sống vui vẻ (câu 1–2), là cách để không bị hổ thẹn (câu 6), là cách để được an toàn (câu 9), và là cách để nhận được sự cố vấn tốt (câu 24). Lời Chúa cho ta sức lực (câu 28) và hy vọng (câu 43). Lời Chúa mang lại sự khôn ngoan (câu 98–100, 130) và cho ta thấy con đường phải đi (câu 105). Sự mặc khải bằng lời của Đức Chúa Trời, dù là qua tiếng phán trong lịch sử cứu chuộc hoặc là qua những tài liệu giao ước trong lịch sử cứu chuộc (Kinh Thánh), đều là toàn hảo. Đối với tôi con Chúa, chúng ta tin rằng Lời Chúa là đáng tin trong mọi nẻo đường để nói ra sự thật, truyền dạy điều đúng, và mang lại cho chúng ta sự tốt lành.

Tôi nên có cảm xúc thế nào về Lời Chúa?

Thông thường, Cơ Đốc nhân chỉ ngẫm nghĩ về những gì họ phải tin về Lời Chúa. Nhưng Thi thiên 119 sẽ không để chúng ta dừng lại ở đó. Bài thờ tình yêu này thôi thúc chúng ta phải suy xét ngay cả những cảm xúc của mình về Lời Chúa. Chúng ta thấy trước giả Thi thiên có ba cảm nhận căn bản về Lời Chúa.

Đầu tiên, ông vui vẻ về Lời Chúa. Chứng cớ, mạng lịnh, luật pháp – hết thảy đều là sự vui vẻ của ông (câu 14, 24, 47, 70, 77, 143, 174). Trước giả Thi thiên chỉ còn biết nói ra Lời Chúa bằng những lời lẽ đầy cảm xúc nhất của mình. Lời Chúa trong Kinh Thánh ngọt như mật ong (câu 103), là sự mừng rỡ của lòng ông (câu 111), và thật lạ lùng (câu 129). Trước giả Thi thiên viết rằng: "Linh hồn tôi đã gìn giữ chứng cớ Chúa, tôi yêu mến chứng cớ ấy nhiều lắm" (câu 167).

Nhưng có vài người nói rằng: "Tôi sẽ không bao giờ yêu mến Lời Chúa được như thế. Tôi không phải là người có trí tuệ. Tôi không nghe giảng cả ngày. Tôi không đọc Kinh Thánh nhiều. Tôi không phải là người yêu thích chữ nghĩa". Nói chung thì nghe có vẻ đúng, nhưng tôi cược rằng có những lúc chúng ta thấy từ ngữ trên một tờ giấy trở nên rất cuốn hút. Hết thảy chúng ta đều tỏ ra chú ý khi đọc hoặc thấy những từ ngữ có lợi cho mình, giả sử như tờ di chúc hoặc thư chấp thuận nào đó chẳng hạn. Chúng ta có thể đọc rất cẩn thận khi mấy chữ ở trước mặt chúng ta là những cảnh báo nguy hiểm, giả sử như chỉ dẫn sử dụng điện chẳng hạn. Chúng ta thích đọc mấy câu chuyện kể về bản thân và người thân. Chúng ta thích đọc về sự hùng vĩ, sắc đẹp và sức mạnh. Chúng ta có thấy tôi vừa mô tả về Kinh Thánh chăng? Đó là một quyển sách có lợi rất lớn cho chúng ta, và cũng là quyển sách có nhiều lời cảnh báo chết người nữa. Đó là quyển sách nói về chúng ta và những người chúng ta yêu mến. Hơn hết, quyển sách này còn đem chúng ta đối mặt với Đấng sở hữu sự vĩ đại, sự đẹp đẽ và quyền năng. Chắc chắn là Kinh Thánh cũng có lúc buồn tẻ, nhưng cả Kinh Thánh là một câu chuyện rất vĩ đại, người nào biết rõ Kinh Thánh thường rất thích quyển sách này.

Hết lần này đến lần khác, trước giả Thi thiên bày tỏ tình yêu mãnh liệt của mình dành cho những mạng lịnh và chứng cớ của Đức Chúa Trời (câu 48, 97, 119, 127, 140). Mặt trái của tình yêu này là sự tức giận khi có kẻ không lấy làm vui thích Lời Chúa. Sự phẫn nộ nóng rực bắt lấy ông vì kẻ ác từ bỏ luật pháp của Đức Chúa Trời (câu 53). Sự sốt sắng tiêu nuốt ông khi kẻ thù quên Lời Chúa (câu 139). Ông gớm ghiếc kẻ bất tín và không vâng lời (câu 158). Ngôn từ có vẻ khó nghe, nhưng đó là một cách biểu lộ cho thấy chúng ta quý trọng Lời Chúa quá ít. Chúng ta cảm thấy thế nào khi ai đó không nhìn ra vẻ đẹp mà chúng ta thấy ở người phối ngẫu của mình? Hoặc là khi người ta không thấy đứa con ngộ nghĩnh của chúng ta quá đặc biệt? Hết thảy chúng ta đều bộc lộ sự phẫn nộ công bình khi ai đó không tôn trọng những gì chúng ta biết là quý giá. Vui thích về ai đó hay một vật nào đó đến tột cùng tự nhiên có thái độ gớm ghiếc người khác đến tột cùng khi họ không thấy người đó hay vật đó là sự vui thích của họ. Không có người nào thực sự vui thích Lời Chúa sẽ thờ ơ với kẻ nào coi thường Lời ấy.

Thứ hai, ông khao khát Lời Chúa. Tôi đếm có ít nhất là sáu lần trước giả Thi thiên bày tỏ ước muốn gìn giữ mạng lịnh của Đức Chúa Trời (câu 5, 10, 17, 20, 40, 131). Tôi đếm có ít nhất là mười bốn lần ông bày tỏ khao khát muốn biết và hiểu Lời Chúa (câu 18, 19, 27, 29, 33, 34, 35, 64, 66, 73, 124, 125, 135, 169). Thật đúng là đời sống của chúng ta đều bị chi phối bởi khao khát. Nó là thứ đánh thức chúng ta dậy vào buổi sáng.

Khao khát đi vào trong giấc mơ của chúng ta, trong lời cầu nguyện của chúng ta, trong suy nghĩ tự do muốn nghĩ gì thì nghĩ của chúng ta. Hầu hết chúng ta đều có những khao khát mãnh liệt về hôn nhân, con cái, cháu chắt, công việc, sự thăng tiến, nhà cửa, kỳ nghỉ, sự trả thù, sự công nhận, và nhiều điều khác nữa. Có những khao khát tốt đẹp; có vài khao khát không tốt. Nhưng nghĩ thử xem, trong mớ lộn xộn của lòng mong ước và niềm say mê, chúng ta có khao khát mãnh liệt muốn biết, muốn hiểu và muốn gìn giữ Lời Chúa chăng? Trước giả Thi thiên khao khát Lời Chúa mãnh liệt đến nỗi ông đã coi sự chịu khổ là phước hạnh cho cuộc đời mình nếu điều này giúp ông càng vâng theo mạng lịnh của Đức Chúa Trời nhiều hơn (câu 67–68, 71).

Thứ ba, ông lệ thuộc Lời Chúa. Trước giả Thi thiên liên tục ý thức rằng ông rất cần Lời Chúa. "Tôi tríu mến các chứng cớ Chúa: Đức Giê-hô-va ôi xin chớ cho tôi bị hổ thẹn" (câu 31). Ông mong mỏi tìm thấy sự khích lệ từ những lời hứa và luật lệ của Đức Chúa Trời (câu 50, 52). Chúng ta muốn có nhiều thứ trong đời, nhưng chỉ có vài thứ cần mà thôi. Lời Chúa là một trong những thứ yếu cần đó. Vào thời của A-mốt, sự trừng phạt kinh khủng nhất xảy ra đối với dân sự của Đức Chúa Trời là "sự đói kém . . . về nghe lời của Đức Giê-hô-va" (A-mốt 8:11). Chẳng có tai vạ nào sánh bằng sự im lặng của Đức Chúa Trời. Chúng ta không thể biết lẽ thật hoặc không thể biết chúng ta là ai hoặc chẳng thể nào biết đường lối của Đức Chúa Trời hoặc không biết Đức Chúa Trời trừ khi chính Ngài phán cùng chúng ta. Cơ Đốc nhân thật đều cảm biết tận sâu trong xương cốt của mình có một sự lệ thuộc tuyệt đối vào sự mặc khải của Đức Chúa Trời ở trong Kinh Thánh. Loài người sống chẳng phải nhờ bánh mà thôi, nhưng loài người sống nhờ mọi lời bởi miệng Đức Giê-hô-va mà ra (Phục truyền 8:3; Ma-thi-ơ 4:4).

Những gì chúng ta tin và cảm nhận về Lời Chúa đều rất

quan trọng, nếu chẳng có lý do nào khác hơn thì những điều này cũng phải phản ánh những gì chúng ta tin và cảm nhận về Chúa Jêsus nữa. Như chúng ta sẽ thấy, Chúa Jêsus tin quả quyết tất cả mọi điều được chép ở trong Kinh Thánh. Nếu chúng ta là môn đồ của Ngài, thì chúng ta cũng tin như vậy.

Quan trọng hơn nữa, Tân Ước dạy rằng Chúa Jêsus là Ngôi Lời ở trong xác thịt, có nghĩa là (trong số những điều khác) tất cả đặc tánh của Đức Chúa Trời được mặc khải bằng lời (lẽ thật, công bình, quyền năng, chân thật, khôn ngoan, toàn tri) sẽ được tìm thấy trong Đấng Christ. Tất cả mọi điều trước giả Thi thiên đã tin và cảm nhận về Lời Chúa là tất cả mọi điều chúng ta nên cảm nhận và đặt lòng tin vào Ngôi Lời đã đến làm người. Sự khao khát, sự vui thích, và sự lệ thuộc vào Lời Kinh Thánh của chúng ta không đi ngược lại với sự khao khát, sự vui thích và sự lệ thuộc của chúng ta vào Chúa Jêsus. Cả hai phải luôn gia tăng cùng nhau. Cơ Đốc nhân trưởng thành sẽ xúc động khi nghe thấy từng bài thơ tình yêu nói về Ngôi Lời đã đến làm người *và* từng bài thơ tình yêu khen ngợi Lời Chúa.

Tôi nên làm gì với Lời Chúa?

Mục tiêu của quyển sách này là giúp chúng ta tin những gì phải tin về Kinh Thánh, cảm nhận những gì phải cảm nhận về Kinh Thánh, và áp dụng những gì phải áp dụng từ Kinh Thánh. Chúng ta đã nhìn thấy đức tin và cảm xúc của trước giả Thi thiên về Lời Chúa rồi, nên chẳng có gì phải ngạc nhiên khi Thi thiên 119 cũng chứa đầy những động từ mang tính hành động, đang mô tả cách sử dụng Lời Chúa đã được Thánh Linh thúc giục như sau:

- ▪ hát xướng về lời Chúa (câu 172)
- ▪ thuật lại các mạng lịnh (câu 13, 46, 70)
- ▪ suy gẫm về giềng mối Chúa (câu 15, 48, 97, 148)
- ▪ giấu lời Chúa trong lòng (câu 11, 93, 141)

- giữ các luật lệ Chúa (câu 8, 44, 57, 129, 145, 146, 167, 168)
- ngợi khen Chúa (câu 7, 62, 164, 171)
- và cầu nguyện xin Chúa hành động tùy theo lời Chúa (câu 58, 121-123, 147-152, 153-160)

Đây là những hành động không phải để thay thế cho đức tin và cảm xúc, nhưng chúng là những biểu thị tốt nhất cho đức tin và cảm xúc của chúng ta về Lời Chúa. Hát, thuật lại, suy gẫm, giấu, giữ, ngợi khen và cầu nguyện – đây là cách người nam và người nữ của Đức Chúa Trời vận dụng Kinh Thánh. Bây giờ, đừng hoảng hốt nếu chúng ta không thiếu đức tin, cảm xúc và hành động. Hãy nhớ, Thi thiên 119 là một bài thơ tình yêu, chứ không phải bản chấm công. Lý do chúng ta bắt đầu với Thi thiên 119 là vì đây là phân đoạn mà chúng ta sẽ muốn kết thúc. Đây là đáp ứng thuộc linh mà Đức Thánh Linh sẽ sản sinh ở trong chúng ta khi chúng ta đã hoàn toàn hiểu những gì Kinh Thánh dạy về Kinh Thánh. Tôi hy vọng và cầu nguyện rằng quyển sách này sẽ giúp chúng ta nói "Đúng!" với những gì trước giả Thi thiên tin, "Đúng!" với những gì ông cảm nhận, và "Đúng!" với mọi việc ông làm cùng Lời thánh và quý báu của Đức Chúa Trời.

Vài điều cuối cùng cần làm rõ

Trước khi đi sâu hơn, có lẽ chúng ta cần biết mình đang đọc loại sách gì. Trong khi tôi hy vọng quyển sách này sẽ động viên chúng ta đọc Kinh Thánh, thì đây không phải là quyển sách để nghiên cứu Kinh Thánh hoặc là đưa ra những nguyên tắc giải nghĩa nào đó. Tôi cũng không cố gắng biện minh cho Kinh Thánh, mặc dù tôi hy vọng chúng ta sẽ tin cậy Kinh Thánh nhiều hơn sau khi đọc xong tám chương trong quyển sách này. Đây không phải là quyển sách nặng nề, chứa đựng toàn là triết lý, thần học và phương pháp mà chúng ta thường bắt gặp trong các quyển sách rất dày. Đây không phải là quyển sách chuyện về học thuật có nhiều chú thích. Đây không phải là quyển sách "tháo gỡ" những cái tên và trích dẫn các "đoạn và câu" sai trật nào đó. Đây không phải là một tác phẩm sơ khai về thần học giảng kinh, Kinh Thánh, lịch sử và hệ thống.

Chúng ta thắc mắc là: "Vậy thì quyển sách này thuộc loại gì?" và tự nhủ tại sao mình lại chọn một quyển sách vô tri thế này.

Đây là quyển sách khám phá những gì Kinh Thánh nói về Kinh Thánh. Tôi chỉ mong mọi thứ sẽ đơn giản, thông suốt, dễ hiểu và rõ ràng như Kinh Thánh. Tôi không ngụy tạo điều gì khác hơn là một giáo lý về Kinh Thánh được rút ra từ chính Kinh Thánh. Tôi biết điều này sẽ dấy lên những thắc mắc về tính xác thực của Kinh Thánh (làm sao tôi biết mình đang có quyển Kinh Thánh thật ở trong tay?) và nhiều câu hỏi phải lập luận vòng tròn (làm sao tôi có thể xác định thẩm quyền của Kinh Thánh?). Đây là những thắc mắc hợp lý, nhưng chúng không cần phải giữ chân chúng ta trong quyển sách này. Cả hai câu hỏi đều liên quan đến các nguyên tắc đầu tiên, và một dạng tuần hoàn nhất định là không thể tránh khỏi bất cứ khi nào chúng ta cố gắng bảo vệ các nguyên tắc đầu tiên. Chúng ta không thể xác định thẩm quyền tối thượng của mình bằng cách sử dụng một điều nào đó kém thẩm quyền hơn. Đúng vậy, lô-gíc là vòng tròn, nhưng không hơn gì một người theo chủ nghĩa thế tục bảo vệ lý luận bằng lý luận hoặc một nhà khoa học giới thiệu về thẩm quyền của khoa học bằng khoa học. Điều này không có nghĩa Cơ Đốc nhân bị coi là phi lý trong góc nhìn của họ, nhưng có nghĩa là các nguyên tắc đầu tiên của chúng ta không có lý hoặc là thiếu lý trí. Chúng ta đến với Kinh Thánh để tìm hiểu về Kinh Thánh, bởi vì nếu đánh giá Kinh Thánh bằng một tiêu chuẩn khác sẽ làm cho Kinh Thánh kém hơn những gì nó tuyên bố. Như J.I. Packer đã viết cách đây hơn năm mươi năm khi đối diện với những thách

---

[2] J.I. Packer, *"Trào lưu Chính thống" và Lời Chúa* (Grand Rapids, MI: Eerdmans, 1958), 76.

thức tương tự rằng: "Chỉ Kinh Thánh mới đủ thẩm quyền để phán xét giáo lý của chúng ta về Kinh Thánh".[2]

Có rất nhiều sách hay, vài quyển dễ đọc và vài quyển chuyên môn, giải thích và bảo vệ tường tận tính xác thực và đáng tin cậy của Kinh Thánh. Tôi đã liệt kê một vài quyển trong phần phụ lục. Nếu chúng ta còn nghi ngờ về các sách trong Kinh Thánh đã tự mình chứng minh tính xác thực của chúng, hoặc là nghi ngờ tính chính xác của Kinh Thánh về mặt lịch sử, hoặc là nghi ngờ về các bản thảo Kinh Thánh cổ đại, thì hãy tự mình nghiên cứu vấn đề bằng mọi phương tiện có sẵn này. Những tuyên bố về Cơ Đốc giáo chính thống không có lý do gì để né tránh bằng chứng về mặt lịch sử và cũng chẳng có gì phải sợ để xác minh các dữ kiện một cách chi tiết.

Nhưng tôi tin chắc, từ kinh nghiệm và những lần dạy Kinh Thánh, rằng phương tiện hữu ích nhất để biện minh cho sự tin quyết của chúng ta về Kinh Thánh là dành thời gian với Kinh Thánh. Đức Thánh Linh được hứa là sẽ hành động qua Lời Chúa. Đức Chúa Trời hứa sẽ ban phước cho việc đọc và học Lời Chúa. Bầy chiên sẽ nghe tiếng Chủ phán cùng chúng qua Lời Chúa (đối chiếu Giăng 10:27). Nói cách khác, Lời của Đức Chúa Trời đủ để hoàn thành công tác của Đức Chúa Trời ở trong dân sự của Đức Chúa Trời. Không còn cách nào khác để hiểu rõ và nắm chặt giáo lý của Kinh Thánh bằng việc mở Kinh Thánh ra và để Lời Chúa phán.

Nếu chúng ta đã đọc tới đây, có lẽ chúng ta muốn hiểu Kinh Thánh nhiều hơn. Dường như chúng ta đã có căn bản về Kinh Thánh hoặc là ai đó khuyến khích chúng ta tìm đọc quyển sách này. Chúng ta có thể là người hoài nghi hoặc là đầy dẫy đức tin, không cần thêm thuốc để chữa bệnh hoặc là sẵn sàng được mài giũa thêm kiến thức. Cho dù chúng ta là ai, tôi tin rằng chúng ta sẽ tìm thấy ích lợi từ quyển sách này sau khi đã biết nó thuộc loại sách gì. Nếu chúng ta tìm được ích lợi nào đó từ mấy trang trong sách này, thì ấy chẳng phải tôi đã làm gì tuyệt vời đâu, mà vì đời sống được biến đổi khi mặt đối mặt với quyển sách tuyệt vời nhất thế gian.

Cầu xin Chúa ban cho chúng ta lỗ tai, để hết thảy đều nghe thấy Lời của Đức Chúa Trời còn hơn là Đức Chúa Trời cần ai đó trong chúng ta bênh vực Lời của Ngài.

2

Một điều chắc hơn thế nữa

Vả, khi chúng tôi đã làm cho anh em biết quyền phép và sự đến của Đức Chúa Jêsus Christ chúng ta, thì chẳng phải là theo những chuyện khéo đặt để, bèn là chính mắt chúng tôi đã ngó thấy sự oai nghiêm Ngài. Vì Ngài đã nhận lãnh sự tôn trọng vinh hiển từ nơi Đức Chúa Trời, Cha Ngài, khi Đấng tôn nghiêm rất cao phán cùng Ngài rằng: "này là Con yêu dấu của ta, đẹp lòng ta mọi đường". Chính chúng tôi cũng từng nghe tiếng ấy đến từ trời, lúc chúng tôi ở với Ngài trên hòn núi thánh. Nhân đó, chúng tôi càng tin lời các đấng tiên tri chắc chắn hơn, anh em nên chú ý lời đó, như cái đèn soi sáng trong nơi tối tăm, cho đến chừng nào ban ngày lộ ra, và sao mai mọc trong lòng anh em. Trước hết, phải biết rõ rằng chẳng có lời tiên tri nào trong Kinh thánh lấy ý riêng giải nghĩa được. Vì chẳng hề có lời tiên tri nào là bởi ý một người nào mà ra, nhưng ấy là bởi Đức Thánh Linh cảm động mà người ta đã nói bởi Đức Chúa Trời.

(2 Phi-e-rơ 1:16-21)

Vài năm trước có một bài viết ẩn danh trên *Christianity Today* với tựa đề là "Đối thoại của tôi với Chúa". Sau đây là đoạn mở đầu của bài viết:

Đức Chúa Trời còn phán chăng? Tôi lớn lên nghe kể lại về điều này, nhưng mãi cho đến tháng 10 năm

2005, tôi vẫn không thể nói rằng Chúa đã phán với mình. Tôi là một giáo sư thần học, đã vào tuổi trung niên, đang làm việc tại một trường đại học Cơ Đốc nổi tiếng. Tôi đã viết được nhiều quyển sách đoạt giải xuất sắc. Tên tôi nằm ở trang đầu tiên của *Christianity Today*. Nhiều năm qua tôi vẫn dạy là Đức Chúa Trời vẫn còn phán, nhưng tôi chưa hề kinh nghiệm điều ấy một cách cá nhân. Tôi chỉ có thể nói như thế bằng cách ẩn danh vì rất nhiều lý do mà tôi hy vọng sẽ được làm rõ. Sau một năm lắng nghe tiếng Chúa, tôi không thể nói chuyện hoặc thậm chí là nghĩ đến việc đối thoại với Đức Chúa Trời mà không bị cảm xúc chi phối.[1]

Vị giáo sư ẩn danh này nói tiếp trải nghiệm của mình về việc Chúa ban cho ông dàn ý và tựa đề quyển sách đầy siêu nhiên, rồi Ngài phán cùng ông cách sử dụng tiền thu được từ việc bán sách để giúp một thanh niên đi học và chuẩn bị bước vào chức vụ. Ông đã kết luận bài viết của mình rằng đức tin của ông đã được thêm sức vì rốt cuộc Đức Chúa Trời đã phán với ông một cách cá nhân.

Đây là một câu chuyện trong sáng, ngoại trừ ý niệm quan trọng này: câu chuyện dường như muốn nói Đức Chúa Trời không hề phán với chúng ta một cách cá nhân. Bài viết để lại những cảm xúc cho rằng Đức Chúa Trời phán qua Kinh Thánh là một cách truyền thông kém cỏi, không hào hứng và thiếu chất lượng. Chúng ta không thể làm gì hơn ngoài việc kết luận rằng: "Đúng là Kinh Thánh có tầm quan trọng, nhưng sẽ tuyệt vời làm sao nếu tôi *thực sự* nghe được tiếng Chúa phán! Nếu như tôi nghe được tiếng Chúa phán một cách chắc chắn và không sai lầm".

Nghe hay quá phải không? Chúng ta thử tưởng tượng nghe Chúa phán với mình – một cách cá nhân, chắc chắn và đầy uy

---

[1] https://www.christianitytoday.com/ct/2007/march/2.44.html.

quyền mà xem? Thật ra, tin vui (mà bài viết đã bỏ lỡ mất điều này) là mỗi người chúng ta có thể nghe tiếng Chúa *ngày hôm nay*, ngay bây giờ, ngay lúc này. Đức Chúa Trời vẫn còn phán. Ngài có Lời Chúa chắc chắn, vững bền và không sai lầm dành cho chúng ta.

Hai bằng chứng

Mọi thứ nằm trong câu cuối cùng có thể được chứng minh từ phân đoạn Kinh Thánh ở đầu chương, 2 Phi-e-rơ 1:16-21. Nhưng để có được kết luận đó, chúng ta phải hiểu bối cảnh thư tín của sứ đồ Phi-e-rơ.

Thư tín 2 Phi-e-rơ khuyên dỗ về sự tin kính. Từ câu 3–11 trong đoạn 1, chúng ta thấy quyền phép của sự tin kính qua những lời hứa rất quý rất lớn của Đức Chúa Trời (câu 3–4), sự tin kính trong sự nhân đức được thêm lên cho đức tin (câu 5–7), sự tin kính là tiền đề cho sự kêu gọi và chọn lựa của chúng ta (câu 8–11). Sau đó, trong câu 12–15, sứ đồ Phi-e-rơ lặp lại chủ đích của ông để nhắc nhở độc giả về những "phẩm chất" này (như đạo đức tin kính) trước khi qua đời. Sứ đồ Phi-e-rơ lo rằng các giáo sư giả sẽ len lỏi vào Hội thánh, hứa hẹn sự tự do, rồi khiến mọi người rơi vào tình trạng làm nô lệ cho lạc thú thay vì thuộc linh (2:2, 10, 18–19). Vì vậy mà sự khuyên dỗ trong thư tín này muốn độc giả hãy lánh xa các giáo sư giả mà đeo đuổi sự tin kính.

Một trong những lý do chính để thực hiện điều này là vì sự trở lại lần thứ hai của Đấng Christ. Trong ngày Chúa đến, thế gian sẽ bị hủy diệt, công việc của chúng ta bị phơi bày ra, và kẻ không tin kính bị đoán xét (3:11–12, 14). Trong thư tín này và xuyên suốt Tân Ước, sự trở lại lần thứ hai của Đấng Christ được dùng làm động cơ sâu thẳm để thúc đẩy việc trừ bỏ điều ác và cố gắng sống ngay thẳng và tin kính. Chúng ta không muốn bị phát hiện là vẫn còn sống bất khiết khi Đấng Thánh trở lại.

Đó là luận điệu của sứ đồ Phi-e-rơ. Nhưng các giáo sư giả thì cho rằng Chúa sẽ trở lại vào ngày tai nạn lớn của Ngài (3:2-4). Họ không tin vào ngày phát xét. Cho nên, sứ đồ Phi-e-rơ muốn dùng thư tín này để khuyên nhủ những kẻ trung tín – ngược lại với các giáo sư giả – rằng Đấng Christ đang trở lại để xét đoán kẻ sống và kẻ chết, và sự trở lại lần này sẽ là một sự bất ngờ.

Để chứng minh cho lời tuyên bố này, sứ đồ Phi-e-rơ đưa ra hai bằng chứng: nhân chứng (1:16-18) và những tài liệu có căn cứ (câu 19–21). Đây là hai loại bằng chứng cơ bản vào thời cổ và cũng chẳng thay đổi gì mấy. Ngày hôm nay, chúng ta sẽ thấy các luật sư biện minh cho vụ kiện của mình bằng cách đưa ra các bộ hồ sơ hoặc gọi tên nhân chứng ra trước tòa. Nếu chúng ta muốn chứng minh luận điểm của mình ở trước tòa, chúng ta cần có nhân chứng hoặc các nguồn bằng chứng đáng tin cậy nào đó. Sứ đồ Phi-e-rơ có cả hai.

Chính chúng tôi đã ở cùng Ngài

Sứ đồ Phi-e-rơ chắc chắn về sự trở lại huy hoàng của Đấng Christ bởi vì ông đã thấy Ngài hóa hình trong sự vinh hiển ở trên núi thánh. Sứ đồ Phi-e-rơ cùng với sứ đồ Giăng và Gia-cơ đã nghe tiếng phán của Đức Chúa Cha và tận mắt thấy sự oai nghi của Đức Chúa Con. Bất kỳ ai khác đã thấy những gì họ thấy sẽ tưởng đó là ảo giác hoặc đang mơ màng. Nhưng ba vị sứ đồ đã ở trên núi. Họ đã có mặt khi Ngài hóa hình và biết rõ rằng Đấng Christ không phải là chuyện đùa.

Ngôn ngữ được dùng trong 2 Phi-e-rơ 1:16 là rất quan trọng đối với lập luận của sứ đồ Phi-e-rơ và giáo lý về Kinh Thánh của chúng ta. Quay trở lại những gì đã xảy ra trong sự kiện Chúa hóa hình, sứ đồ Phi-e-rơ nói rõ là ông không hề dựa vào "những huyền thoại khéo bịa đặt". Một vài học giả tự do đã cố gắng sử dụng phạm trù "huyền thoại" để mô tả Kinh Thánh. Họ vội vàng khẳng định rằng "huyền thoại" không giống như "sai lạc", cho nên họ tranh luận rằng những *sự kiện* trong Kinh Thánh có thể không phải lúc nào cũng đáng tin, nhưng lẽ thật sâu xa và bao quát của nó vẫn đáng tin cậy. Thí dụ, họ sẽ nói là những tai họa xảy ra tại Ê-díp-tô và hành trình vượt biển Đỏ có thể không mang tính lịch sử, nhưng không cần thắc mắc gì cả về quyền phép của Đức Chúa Trời hoặc khả năng giải phóng nô lệ của Ngài. Chúa Jêsus có thể hoặc không thể đi bộ trên biển, nhưng dẫu sao: điểm quan trọng là Ngài sẽ làm mọi cách để vừa giúp chúng ta nếu chúng ta tin cậy Ngài. Một vài học giả tự do tranh cãi rằng: sự sống lại của Đấng Christ không nhất thiết phải hiểu đúng theo nghĩa đen là sự sống lại về mặt thể xác, mà là biểu tượng mạnh mẽ nói lên Đức Chúa Trời có thể ban cho chúng ta sự sống thuộc linh mới và giựt lấy sự đắc thắng một cách bất ngờ.

Tư tưởng này vẫn còn lan rộng ở nhiều nơi. Một lần nọ, tôi bị cuốn vào một cuộc trao đổi ở trên mạng cá nhân với một vị mục sư thuộc trường phái tự do đã thắc mắc về tính lịch sử của người mẹ sinh con mà vẫn còn đồng trinh. Chúng tôi tranh luận tới lui vài lần rồi mới nhận ra cả hai đang có những khái niệm khác nhau. Ông ta hỏi: "Theo anh thì sự kiện sinh con vẫn còn đồng trinh có nhất thiết được liệt kê trong bài tín điều của Cơ Đốc giáo không?" "Điều đó không thể do tôi quyết định được, có phải không? Như ông cũng đã nói, bài tín điều này đã được sử dụng hàng thế kỷ qua, như vậy tôi cần phải tiếp nhận nó một cách nghiêm túc vào lòng mình và suy gẫm đến khi hiểu rõ mới thôi". Ngôn ngữ mơ hồ (và chẳng có chức năng gì cả) về việc tiếp nhận sự kiện người nữ đồng trinh sinh con một cách "nghiêm túc" và cần phải "suy gẫm" cho đến khi hiểu rõ mới thôi đã khiến ông ta vô cùng thất vọng. Sau đó, tôi biết được kết luận của ông ấy là: "Hồi đó, tôi tin vào câu Kinh Thánh 'đối với Đức Chúa Trời, mọi sự đều được cả' còn hơn là 'làm thế nào được vì tôi là một trinh nữ?' Tôi không cho rằng anh cần phải chấp nhận sự hiểu biết của tôi, cũng không nghĩ rằng anh muốn tôi phải chấp nhận sự hiểu biết của anh". Tôi đã trả lời ngay sau đó là: "Tôi có muốn anh phải chấp nhận sự hiểu biết của tôi, bởi vì ấy không phải là sự hiểu biết của tôi đâu. Đó là sự dạy dỗ trong Tân Ước và cũng là lời quả quyết của Hội thánh Cơ Đốc giáo chính thống qua hàng thế kỷ".

Bên cạnh việc trình bày một chuỗi lý luận tự nhận lấy thất bại—tức là nếu tin rằng Đức Chúa Trời có thể làm mọi sự, thì tại sao Ngài phải bị mắc kẹt ở chỗ người nữ đồng trinh sinh con?—sự hiểu biết tự do về mặt lịch sử hoàn toàn khác với Kinh Thánh. Từ *mythos* trong tiếng Hy-Lạp luôn được dùng cách tiêu cực ở trong Tân Ước (xem 1 Ti-mô-thê 1:4; 4:7; 2 Ti-mô-thê 4:4; Tít 1:14). Huyền thoại được coi là đối lập với chân lý. Sứ đồ Phao-lô cảnh báo rằng: "Vì sẽ đến một thời điểm người ta không chịu nghe giáo lý chân chính, nhưng theo tư dục mà quy tụ nhiều giáo sư quanh mình để được nghe những lời êm tai; họ bịt tai không nghe chân lý mà hướng đến những chuyện hoang đường" (2 Ti-mô-thê 4:3-4). Đối với các trước giả Kinh Thánh, huyền thoại là một chuyện và chân lý là chuyện khác, Kinh Thánh rõ ràng thuộc về nhóm thứ hai.

Ngay cả khi đã luận rằng định nghĩa tự do về huyền thoại không chính xác là những gì Tân Ước đang lên án khi đề cập về "những huyền thoại", chúng ta vẫn không thể hiểu được chuỗi lý luận của 2 Phi-e-rơ 1:16. Để củng cố thêm cho vai trò làm nhân chứng của mình, sứ đồ Phi-e-rơ muốn mọi người biết về câu chuyện của Chúa Jêsus—chủ yếu là câu chuyện Chúa hóa hình, nhưng cũng không chừng là toàn bộ phần còn lại của câu chuyện Phúc âm mà ông đã đưa ra—nằm trong hạng mục mang tính lịch sử, hoặc là những câu chuyện được hư cấu để làm rõ mục đích nào đó. Người Hy-Lạp và La-Mã có rất nhiều huyền thoại. Họ không bận tâm những câu chuyện đó có thật hay không. Chẳng có ai hứng thú với bằng chứng lịch sử về lời tuyên bố Hercules là con hoang của thần

Zeus. Đó là một huyền thoại, một truyền thuyết, chuyện khó tin, một câu chuyện để giải trí và thêm ý nghĩa cho thế giới này. Đa thần giáo được xây dựng dựa trên sức mạnh của thần thoại, còn Cơ Đốc giáo, giống như niềm tin của Do Thái giáo là nguồn cội, đã tự coi mình là một tín ngưỡng hoàn toàn khác.

Đây là điều không thể nào nói chắc hơn được nữa: Từ ban đầu, Cơ Đốc giáo đã buộc mình vào lịch sử. Những tuyên bố quan trọng nhất của Cơ Đốc giáo đều là những tuyên bố mang tính lịch sử, và các dữ kiện trong lịch sử sẽ cho thấy Cơ Đốc giáo tiếp tục được đứng vững hay sụp đổ. Lu-ca đã theo sát tất cả mọi thứ, tìm hiểu các chi tiết kỹ càng và dựa vào lời kể của các nhân chứng hầu cho Thê-ô-phi-lơ có được sự "chắc chắn" về câu chuyện Phúc âm (Lu-ca 1:1-4). Sứ đồ Giăng đã ký thuật lại những việc lạ lùng mà Chúa Jêsus đã làm hầu học độc giả của ông đón nhận các phép lạ, hiểu rõ các dấu kỳ, tin Chúa Jêsus là Đấng Christ và nhận được sự sống ở trong danh Ngài (Giăng 20:31). Các trước giả của bốn sách Phúc âm mong muốn chúng ta biết rằng, mặc dù có những lời đồn về thi thể của Đấng Christ đã bị trộm mất sau khi Ngài bị hành hình, nhưng ngôi mộ hoàn toàn trống không bởi vì Chúa Jêsus đã sống lại. Sứ đồ Phao-lô nói rằng: Nếu Đấng Christ không sống lại, thì Cơ Đốc giáo là giả dối và người nào tin đạo là những kẻ dại đáng thương (1 Cô-rinh-tô 15:14-19). Hễ ai coi thường lịch sử tức là đang sống trong một thế giới khác với thế giới mà các trước giả Kinh Thánh đã từng sống.

Giống như sứ đồ Phi-e-rơ đang nói rằng: "Kìa, tôi đã thấy Chúa hóa hình, mà không chỉ có tôi thôi đâu. Chúng tôi đã nghe thấy tiếng phán. Chúng tôi đã thấy tận mắt và nghe tận tai. Chúng tôi không tạo ra chuyện này để dọa nạt ai cả. Chúng tôi không kể chuyện này ra để gây tò mò hay chú ý. Chúng ta kể lại những gì đã xảy ra. Chúng ta đã thấy vinh hiển của Ngài. Chúng ta đã nhìn thấy tận mắt. Chúng ta đã nghe thấy Chúa phán—rất rõ. Ấy không phải là trải nghiệm nào đó ở trong lòng hay một khải tượng trong tâm linh của chúng tôi. Nếu chúng ta có mặt ở trên núi ngày hôm đó, chúng ta sẽ nhìn và nghe thấy điều tương tự. Chúng tôi đang nói thật, không phải chuyện bịa đặt".

Hãy nhớ vấn đề mà sứ đồ Phi-e-rơ muốn nhấn mạnh. Đây không phải là quyển sách biện giải khô khan và trừu tượng. Ông muốn các thánh đồ được nên thánh. Ông muốn họ cân nhắc lại đời sống của mình trước sự thật về sự tái lâm của Chúa. Ông cố gắng thuyết phục họ về sự trở lại thứ hai. Một trong những cách để chứng minh về sự trở lại thứ hai đầy vinh hiển, kinh khiếp, tuyệt vời và đáng sợ của Đấng Christ sẽ xảy ra trong lịch sử đó là sứ đồ Phi-e-rơ phải nhắc lại cho các tín hữu này nhớ rằng: ông đã tận mắt thấy sự hiện ra đầy vinh hiển, kinh khiếp, tuyệt vời và đáng sợ của Đấng Christ. Sứ đồ Phi-e-rơ đã nhìn thấy như không có màn che mặt. Ông đã nhìn thấy Chúa Jêsus với diện mạo thần thánh của Ngài. Sứ đồ Phi-e-rơ đã nhận ra Đấng Christ không chỉ là một thợ mộc, không chỉ là một lãnh tụ tôn giáo phóng khoáng, không chỉ là người giữ quan điểm trung lập chuyên khích lệ mọi người và mọi thứ. Khi ông đã thấy Chúa Jêsus diện trắng sáng và chói lóa trong sự oai nghi cùng đám mây vinh hiển, ông biết ngay lúc ấy rằng Ngài không phải là chuyện đùa. Khi Chúa Jêsus trở lại, hết thảy chúng ta sẽ biết rằng, ngay cả khi có người sẽ không kịp nhận ra, sống trong tội lỗi không thể xứng đáng với sự vinh hiển của Đấng Christ. Đó là điều sứ đồ Phi-e-rơ muốn nói, đây là những điều phụ thuộc vào lịch sử và nhân chứng.

Đã được viết

Quan điểm của sứ đồ Phi-e-rơ về sự trở lại của Đấng Christ cũng dựa vào những tài liệu đáng tin cậy (2 Phi-e-rơ 1:19-21). "Lời các đấng tiên tri" có trước sự kiện mà sứ đồ Phi-e-rơ đã thấy tận mắt. Cho dù Phi-e-rơ, Gia-cơ và Giăng đã thấy gì trên núi, và cho dù sự kiện ấy có phải là điểm báo về sự trở lại thứ hai của Đấng Christ và sự phán xét sau cùng hay không, thì những điều này chỉ khẳng định chắc chắn hơn về các lời tiên tri mà thôi (câu 19). Chúng ta không thể đặt lòng tin cậy vào Kinh Thánh nhiều hơn sứ đồ Phi-e-rơ đã đặt lòng tin cậy vào Kinh Thánh của ông.

Hãy lưu ý ba lẽ thật mà các câu Kinh Thánh này muốn dạy chúng ta về bản chất của Kinh Thánh.

Đầu tiên, Kinh Thánh là Lời Đức Chúa Trời. Lời phát biểu này nghe có vẻ dư thừa, nhưng từ là nói lên một điều quan trọng. Có những Cơ Đốc nhân, bị chi phối bởi các nhà thần học theo trường phái tân chính thống giống như Karl Barth, đang chần chừ nói rằng Kinh Thánh là Lời Đức Chúa Trời. Thay vì thế, họ cãi rằng Kinh Thánh có *chứa đựng* Lời Đức Chúa Trời, hoặc *trở thành* Lời Đức Chúa Trời, hoặc *sự kiện* mà Đức Chúa Trời phán cùng chúng ta qua Kinh Thánh là Lời Đức Chúa Trời. Tư duy của trường phái tân chính thống muốn chia cắt những lời tuyên bố về sự hà hơi của Lời Chúa ở trong Kinh Thánh. Tuy nhiên, sự chia cắt này sẽ bị sứ đồ Phi-e-rơ coi là kỳ lạ, vì những lời tuyên bố cao thượng mà ông đã nói về "lời tiên tri" hoặc về "lời các đấng tiên tri" đều có liên quan tới Lời Kinh Thánh đã được viết ra.

Sứ đồ Phi-e-rơ sử dụng ba phạm trù khác nhau chỉ về Lời Đức Chúa Trời trong các câu Kinh Thánh sau: "lời các đấng tiên tri" (câu 19), "lời tiên tri nào trong Kinh Thánh" (câu 20) và "lời tiên tri nào" (câu 21). Tất cả đều chỉ về lời tiên tri nào đó và có thể ít nhiều hoán đổi cho nhau. Quan trọng hơn nữa là tiếng Hy-Lạp ở trong câu 20 dành cho Kinh Thánh là *graphe*, tức là chỉ về một tài liệu đã được viết ra. Sứ đồ Phi-e-rơ đã nghĩ đến điều này trong đầu của ông, vì câu 20 không chỉ nói về sự truyền miệng hoặc một bài phát biểu công khai nào đó, mà là một bản văn đã được viết ra. Quan điểm của sứ đồ Phi-e-rơ về sự hà hơi của Đức Chúa Trời không bị giới hạn ở các bài giảng tiên tri hoặc là một bài giảng công khai nào đó; sự hà hơi của Đức Chúa Trời còn tác động ở trong từng trang của Kinh Thánh nữa.

Không chỉ những lời tiên tri về sự trở lại lần thứ hai. Toàn bộ Cựu Ước cũng nằm trong góc độ này. "Luật pháp và lời tiên tri" có thể là một lựa chọn chung về Cựu Ước (xem Mathi-ơ 7:12), nên luật pháp *hoặc* lời tiên tri có thể tách nhau ra. Không có người Do Thái nào phân biệt một phần nào đó của Kinh Thánh thật hơn các phần còn lại trong Kinh Thánh (xem 2 Ti-mô-thê 3:16). Điều gì là chân thật ở trong luật pháp cũng chân thật ở trong các lời tiên tri và ngược lại. "Lời tiên tri" đơn giản chỉ về sự mặc khải đã được viết ra. Như Calvin đã nói rằng: "[Tôi] hiểu được lời tiên tri trong Kinh Thánh vì đó là lời được viết ra trong Kinh Thánh".[2]

Tất cả những điều này cần phải lưu ý đến bởi vì nó đang nói rằng thẩm quyền của Lời Chúa đang cư ngụ ở trong bản văn đã được viết ra – từ ngữ, câu cú, phân đoạn – của Kinh Thánh, chứ không đơn thuần là trải nghiệm cá nhân nào đó ở trong của chúng ta về lẽ thật đâu. Vài người không thích bản văn và những lời tuyên bố được viết ra bởi vì chúng ẩn chứa một ý nghĩa cố định, mà người ta lại không muốn cố định lẽ thật. Họ muốn sự hà hơi của Đức Chúa Trời có tính chủ quan nhiều hơn, thiêng về linh cảm, dựa vào trải nghiệm. Nhưng theo 2 Phi-e-rơ 1:19-21 thì sự hà hơi của Đức Chúa Trời vào Kinh Thánh là một thực tại khách quan ở ngoài chúng ta.

Chẳng có điều gì ở trong phần này gợi lên một học thuyết tin lành về sự hà hơi của Đức Chúa Trời dẫn chúng ta tránh xa tính chủ quan, sự linh cảm, hoặc trải nghiệm. Ngược lại thì đúng hơn. Chúng ta phải "chú ý" Lời Kinh Thánh đã được Chúa hà hơi như "cái đèn soi sáng trong nơi tối tăm" (câu 19). Lời Chúa cáo trách chúng ta về tội lỗi, bày ra đường lối và dẫn chúng ta ra khỏi chỗ tối tăm đến nơi sáng láng. Chính chúng

---

[2] John Calvin, *Chú giải các thư tín Tân Ước*, chuyển ngữ và biên soạn bởi John Owen (Grand Rapids, MI: Baker, 1993 [1885]), trang 391.

ta phải vùi mình ở trong Kinh Thánh hầu cho sao mai, chính là Đấng Christ (xem Dân-số-ký 24:17-19; cũng xem Khải huyền 22:16), được tôn cao ở trong lòng của chúng ta. Mục tiêu của sự mặc khải không chỉ là cung cấp thông tin, mà còn có lòng yêu mến, sự thờ phượng và sự vâng lời. Đấng Christ *ở trong* chúng ta sẽ được thấy rõ chỉ khi chúng ta uống cạn Lời Chúa, tức là Lời của Đức Chúa Trời ở ngoài chúng ta.

Thứ hai, Lời Đức Chúa Trời không hề kém phần thiêng liêng chi vì được ban phát thông qua loài người. Nhiều người đã tuyên bố và tiếp tục nói rằng Cơ Đốc nhân bảo thủ nắm giữ một học thuyết về sự hà hơi của Đức Chúa Trời quá máy móc. Người ta nói người Tin lành tin rằng các trước giả Kinh Thánh là những công cụ bị động chỉ biết ký thuật lại những gì được ban cho từ trời như học vẹt. Mặc kệ những lời tuyên bố này, tôi chưa hề tìm ra một nhà thần học tin lành nào mô tả sự hà hơi của Đức Chúa Trời như thế cả. Đúng là các nhà thần học ngày xưa có nói Kinh Thánh hoàn thiện đến mức các trước giả được ban cho Lời ấy đã ghi chép *như* viết chính tả vậy. Phép ẩn dụ (có lẽ bị làm cho lạc lối hơn là mang lại sự hữu ích) được dùng để nhấn mạnh sự hoàn hảo của Kinh Thánh, nhưng không phải để mô tả quá trình các trước giả Kinh Thánh đã viết ra bản văn được Đức Chúa Trời hà hơi. Thay vào đó, 2 Phi-e-rơ 1:21 dạy, giống như các nhà thần học tin lành đã nhấn mạnh hết lần này đến lần khác, rằng: loài người đã nói (và viết) như họ được Đức Thánh Linh "cảm động".

Cụm từ "đồng tác" thường được dùng để mô tả quá trình hà hơi của Đức Chúa Trời, có nghĩa là Đức Chúa Trời đã sử dụng trí tuệ, kỹ năng và cá tính của những người bất toàn để viết ra những điều thiêng liêng và toàn hảo. Về phương diện nào đó, Kinh Thánh là quyển sách của loài người và thiên thượng. Nhưng nói như vậy không hề ngụ ý là Kinh Thánh có sai sót. Yếu tố đồng tác quyền của Kinh Thánh không nhất thiết có sự bất toàn như thể Đấng Christ có hai bản chất thì

Cứu Chúa của chúng ta cũng phải phạm tội sao! Như Calvin nói về các tiên tri rằng: "[Họ] chẳng dám tự tuyên bố điều chi cả, mà chỉ làm theo sự chỉ dẫn của Đức Thánh Linh, là Đấng quản trị miệng lưỡi của họ giống như đó là nơi thánh của Ngài vậy".[3]

Động từ "nói ra" trong câu 21 là *phero*, trước đó trong cùng một câu được dịch là "đến" và trước đó nữa dịch là "phán" trong câu 17 và 18. Những yếu tố này cho thấy kết quả đã có sự đảm bảo rồi, điều này được nói ra và được đảm bảo bởi điều kia. Tiếng từ trời (câu 17-18) và lời tiên tri (câu 21) đều ra từ một Đấng duy nhất là: Đức Chúa Trời.

B. B. Warfield giải thích như sau:

> Thuật ngữ được dùng [nói ra/phán] ở đây là rất cụ thể. Không hề lẫn với các từ như chỉ dẫn hay chỉ đạo hay kiểm soát, hoặc thậm chí là hướng tới một nghĩa trọn vẹn nào đó của từ. Nó vượt xa tất cả các thuật ngữ này trong việc tạo ra kết quả thật cụ thể cho đối tượng đang hoạt động. Người tạo ra thông tin đã chỉ định ý nghĩa cho từ "phán" như thế nào, rồi truyền tải ý nghĩa ấy bằng sức mạnh của mình, không phải bằng sức riêng, để đạt được mục tiêu của người tạo ra thông tin, chứ không phải mục tiêu của người tiếp nhận thông tin. Do đó, những tiên tri đã tuyên bố rằng họ đã tiếp nhận sứ điệp từ Đức Thánh Linh, nhờ quyền phép của Ngài để hoàn thành mục tiêu của Ngài. Những gì họ đã nói ra trong uy quyền của Thánh Linh là Lời Chúa, chứ không phải lời lẽ của họ. Đó là vì sao "lời tiên tri" đều là chắc chắn. Dẫu Lời Chúa được ban phát thông qua loài người, nhưng thực tế thì họ đã nói như "Đức Thánh Linh cảm động mà họ đã nói ra", một Lời trực tiếp từ Chúa.[4]

---

[3] Ibid.

[4] Benjamin B. Warfield, Sự hà hơi và thẩm quyền của Kinh Thánh (Phillipsburg, NJ; Trưởng lão & Cải chánh, 1948). Để nói rõ hơn, Warfield nhìn thấy ba cách mặc khải trong Kinh Thánh là: sự biểu lộ bên ngoài, sự cảm động trong lòng và thần cảm trùng hợp (83-96). Ông đặt chức vụ tiên tri trong Cựu Ước vào thể loại thứ hai, vì

Tác giả thiên thượng của Kinh Thánh không hề ngăn cản việc sử dụng loài người làm công cụ sống động, cũng giống như việc dự phần của loài người không làm cho Kinh Thánh kém thiêng liêng và hoàn hảo hơn.

Thứ ba, Kinh Thánh không có sai sót. Kinh Thánh không hình thành từ sự giải nghĩa của loài người (2 Phi-e-rơ 1:20). Các ý tưởng không hề xuất phát từ tâm trí rối bời của loài người. Hơn nữa, sứ đồ Phi-e-rơ làm chứng rằng không có lời tiên tri nào là "bởi ý" của ai hết (câu 21). Calvin dạy rằng: chúng ta phải đến với Kinh Thánh bằng lòng kính sợ chỉ "khi chúng ta bị thuyết phục rằng Đức Chúa Trời đang phán cùng chúng ta, chứ không phải loài người".[5] Chúng ta phải tin rằng các lời tiên tri "là Lời sấm truyền của Đức Chúa Trời, vì những Lời ấy không đến từ ý riêng của một người nào cả".[6] Sứ đồ Phi-e-rơ cho chúng ta biết rằng nguồn gốc tối hậu của Kinh Thánh chính là Đức Chúa Trời.

Chúng ta có thể dùng rất nhiều câu Kinh Thánh để cho thấy Kinh Thánh không có sai sót, nhưng đây là lý luận đơn giản: Kinh Thánh không phải là ý riêng của loài người; Kinh Thánh đến từ Đức Chúa Trời. Nếu Kinh Thánh là Lời Chúa thì mọi sự được chép trong đó là sự thật, vì trong Ngài chẳng có sai sót hay dối trá.

Không sai sót nghĩa là Lời Chúa luôn ở trước mặt chúng ta và chúng ta không bao giờ đi trước Lời Chúa. Khi chúng ta từ chối điều này tức là đang đặt mình vào vị trí đoán xét Lời Chúa. Chúng ta đang tự cho mình quyền quyết định sự mặc khải nào là đáng tin cậy và không đáng tin cậy. Khi chúng ta từ chối sự đáng tin cậy hoàn toàn của Kinh Thánh – tức là những điều Kinh Thánh nói về lịch sử; những gì Kinh Thánh

---

các trước giả là tiên tri thụ động hơn các trước giả là sứ đồ ở trong Tân Ước. Tuy nhiên, ông cảnh báo tình trạng phân biệt thái quá, lưu ý rằng các tiên tri vẫn dùng đến trí tuệ của họ để tiếp nhận Lời của Đức Chúa Trời, toàn bộ Kinh Thánh được miêu tả như là "lời tiên tri" ở trong 2 Phi-e-rơ 1:19-21. Cũng xem phần "Thư mục" trong quyển Thần học của B.B. Warfield: Một tóm tắt hệ thống của Fred G. Zaspel (Wheaton, IL: Crossway, 2010).
[5] Calvin, Chú giải các Thư tín Công giáo, trang 390.
[6] Ibid.

dạy về thế giới vật chất; những phép lạ được ký thuật lại; ngay cả "một chấm một nét" rất nhỏ mà Kinh Thánh đã khẳng định – thì chúng ta buộc phải chấp nhận một trong hai kết luận sau: Kinh Thánh không hoàn toàn đến từ Đức Chúa Trời hay Đức Chúa Trời không phải là Đấng đáng tin cậy. Kết luận với một trong hai ý trên tức là khẳng định quan điểm Cơ Đốc giáo là thứ yếu. Những kết luận này không cho thấy thái độ đầu phục đúng đắn đối với Đức Chúa Cha, không làm cho chúng ta được vui mừng ở trong Đấng Christ, và không tôn kính Đức Thánh Linh, là Đấng khiến loài người nói tiên tri và viết ra Kinh Thánh của Đức Chúa Trời.

Bênh vực cho giáo lý Kinh Thánh không sai sót có vẻ là chuyện vặt của một kẻ dại đối với một vài người và là thứ lỗi thời gây chia rẽ đối với những người khác, nhưng sự thật thì giáo lý này lại là trọng tâm cho đức tin của chúng ta. Thái độ từ chối, không quan tâm, chỉnh sửa, thay đổi, khước từ, hoặc bác bỏ bất kỳ điều gì từ Lời Chúa là phạm tội vô tín. "Thà xưng Đức Chúa Trời là thật và loài người là giả dối" (Rô-ma 3:4). Tìm một nửa ngôi nhà có vài điều trong Kinh Thánh nói đúng và những điều còn lại (theo sự đánh giá của chúng ta) không đúng là chuyện không thể xảy ra. Chính Cơ Đốc giáo đã có sự thỏa hiệp này, ngoài việc đánh bay sự tự hiểu của Kinh Thánh, không làm thỏa mãn linh hồn hoặc giúp người hư mất biết về Đức Chúa Trời mà họ cần gặp gỡ. Làm thế nào chúng ta có thể tin một Đức Chúa Trời có thể làm những việc đáng gờm và tha thứ cho sự gian ác của chúng ta, đắc thắng tội lỗi của chúng ta và ban cho chúng ta hy vọng trong thế gian tối tăm, nếu chúng ta không tin rằng Đức Chúa Trời đã tạo ra thế gian từ sự trống không, ban cho người nữ đồng trinh một con trai, và khiến Con Ngài sống lại vào ngày thứ ba? J.I. Packer cảnh báo rằng: "Một người không thể nghi ngờ Kinh Thánh mà không bị mất mát lớn, cả về lẽ thật trọn vẹn và sự sống trọn vẹn. Như vậy, nếu chúng ta có lòng muốn làm mới tâm linh của xã hội, các Hội thánh và chính đời sống cá nhân của mình, chúng ta phải tin cậy hoàn toàn vào Kinh Thánh – tức là sự không sai sót – là Lời của Đức Chúa Trời đã được hà hơi.[7]

Không gì chắc chắn hơn thế

Lời của Đức Chúa Trời là thật. Tin lành về Đức Chúa Jêsus Christ đã được ký thuật lại trong các dữ kiện của lịch sử. Một người nữ đã hạ sinh một người nam ở Bết-lê-hem. Hàng ngàn người đã gặp gỡ và biết Ngài. Chúa đã làm phép lạ trước mặt đám đông. Ngài đã chịu chết, sống lại và hiện ra cho hơn năm trăm người (1 Cô-rinh-tô 15:6). Ai cũng biết ngôi mộ nằm ở đâu, nó trống trơn và mở ra để khám xét. Có ba môn đồ là những kẻ đã chứng kiến sự oai nghi của Ngài ở trên núi hóa hình. Họ đã nhìn thấy sự kiện ấy, rồi thuật lại những gì họ hay là những người thân cận với mình nhất đã nhìn thấy.

Chúng ta không tìm kiếm chuyện hoang đường. Chúng ta không hứng thú với những chuyện dừng lại ở mức độ đạo đức mà thôi. Chúng ta chẳng được ích lợi gì khi đặt hy vọng vào những vấn đề thuộc linh mà lịch sử đã chứng minh là không thể xảy ra. Những điều này đã xảy ra trong câu chuyện Phúc âm. Đức Chúa Trời đã phán trước những điều đó. Chúa đã làm ứng nghiệm. Chúa đã hà hơi cho công trình ký thuật lại những sự kiện này. Do đó, chúng ta cần phải tin. Không gì trong Kinh Thánh là sản phẩm theo ý loài người. Đức Chúa Trời đã dùng con người để viết ra Lời của Ngài, nhưng họ đã hoàn thành công tác này theo sự chi phối của Đức Thánh Linh. Kinh Thánh là quyển sách hoàn toàn đáng tin cậy, một quyển sách có sự chính xác, một quyển sách thánh, một quyển sách thiêng liêng.

Đừng quên lời tuyên bố đầy kinh ngạc ở trong 2 Phi-e-rơ

---

[7] J.I. Packer, Chân lý và Quyền phép: Vị trí của Kinh Thánh trong đời sống Cơ Đốc (Wheaton, IL: Harold Shaw, 1996), 55.

1:19. Sau khi nói chi tiết về những sự kiện lạ lùng xảy ra ở trên Núi hóa hình, sau khi đau đớn giải thích ông đã chứng kiến những điều đó, sau khi chịu khó để cho chúng ta thấy ông đang nói về một chân lý vững chắc trong lịch sử, sau tất cả mọi chuyện thì sứ đồ Phi-e-rơ nói giờ đây chúng ta "càng tin lời các đấng tiên tri chắc chắn hơn". Lời Chúa đã được ký thuật là lời chân thật hết sức chân thật; lời chứng của sứ đồ Phi-e-rơ chỉ để khẳng định một điều chắc chắn mà thôi.

Một vài học giả nghĩ câu 19 nên được dịch là "chúng tôi còn chắc chắn hơn nữa". Kỳ thực, đây là cách bản dịch ESV dịch câu này trong lần biên tập đầu tiên. Trong trường hợp đó, sứ đồ Phi-e-rơ có thể nói là lời tiên tri trong Kinh Thánh là lời chứng chắc chắn hơn sự việc Chúa hóa hình mà ông đã nhìn thấy tận mắt. Ông sẽ nói là: "Nếu anh em không tin những gì mắt tôi đã thấy, thì hãy tin lời tiên tri. Kinh Thánh còn đáng tin cậy hơn những giác quan của tôi nữa". Nhưng thậm chí nếu chúng ta giữ nguyên bản dịch ESV đã cập nhật cho câu 19, thì điểm nhấn của câu 19-21 vẫn không thay đổi. Đối với sứ đồ Phi-e-rơ, dẫu cho lời tiên tri được khẳng định bởi những gì ông đã thấy hay là chắc chắn hơn những gì ông đã thấy đi nữa, thì quan điểm của ông về Kinh Thánh vẫn không thay đổi. Không hề có lời tuyên bố nào đủ căn cứ bằng những gì chúng ta tìm được trong Lời của Đức Chúa Trời, không có chỗ nào vững chắc hơn, không có cuộc tranh cãi nào có thể "kết luận" những gì Kinh Thánh đã nói rồi.

Chúng ta có nói về Kinh Thánh theo cách các sứ đồ đã nói về Kinh Thánh chăng? Chúng ta có thể nghĩ cao siêu về cách giải nghĩa Kinh Thánh của mình, nhưng chúng ta không thể nghĩ cao siêu về cách Kinh Thánh giải nghĩa Kinh Thánh. Chúng ta có thể nói quá về cách chúng ta vận dụng Kinh Thánh, nhưng chúng ta không thể nói gì về uy quyền của Kinh Thánh ở trên chúng ta. Chúng ta có thể dùng Lời Chúa để kết luận sai, nhưng chúng ta không tìm thấy kết luận sai trong Lời

Chúa.

Chúng ta không cần thêm sự mặc khải đặc biệt nào nữa từ Đức Chúa Trời ngoài Kinh Thánh. Chúng ta có thể lắng nghe tiếng Chúa mỗi ngày. Đấng Christ vẫn còn phán, bởi vì Đức Thánh Linh đã phán rồi. Nếu chúng ta muốn nghe tiếng Chúa, hãy mở quyển sách đã ký thuật lại những gì Chúa đã phán. Hãy suy gẫm Lời Chúa. Chúng ta sẽ không tìm thấy điều gì chắc chắn hơn thế đâu.

3

Lời Chúa là đầy đủ

*Đời xưa, Đức Chúa Trời đã dùng các đấng tiên tri phán dạy tổ
phụ chúng ta nhiều lần nhiều cách, rồi đến những ngày sau rốt
này, Ngài phán dạy chúng ta bởi Con Ngài, là Con mà Ngài đã
lập lên kế tự muôn vật, lại bởi Con mà Ngài đã dựng nên thế
gian; Con là sự chói sáng của sự vinh hiển Đức Chúa Trời và
hình bóng của bổn thể Ngài, lấy lời có quyền phép Ngài nâng
đỡ muôn vật; sau khi Con làm xong sự sạch tội, bèn ngồi bên
hữu Đấng tôn nghiêm ở trong nơi rất cao, vậy được hưởng
danh cao hơn danh thiên sứ bao nhiêu, thì trở nên cao trọng
hơn thiên sứ bấy nhiêu.*

(Hê-bơ-rơ 1:1-4)

Có bao giờ chúng ta nghĩ Kinh Thánh có thể giải quyết
những vấn đề sâu kín nhất của mình chăng? Chúng ta
có thường tìm kiếm điều gì đó trong đời và mong rằng
Chúa sẽ phán với mình một điều thật đặc biệt chăng? Chúng
ta có từng nghĩ Kinh Thánh cần phải cập nhật sự dạy dỗ về
tính dục chăng? Chúng ta có muốn nhận được sự mặc khải cá
nhân trực tiếp cho nhanh, còn hơn là tiếp nhận sự mặc khải
chậm chạp qua việc đọc Kinh Thánh chăng? Chúng ta có từng
muốn thêm vào Lời Chúa điều gì đó – để mọi thứ an toàn hơn
không? Chúng ta có từng muốn lấy đi điều gì đó để Kinh

Thánh xuôi tai hơn một chút không? Chúng ta có từng cho rằng Kinh Thánh không nói gì hết về cách thờ phượng Chúa hay là trật tự trong Hội thánh không? Chúng ta có từng cảm thấy Kinh Thánh vẫn chưa đủ để giúp chúng ta sống trung tín trong thế giới ngày nay chăng? Nếu chúng ta có thể trả lời có cho tất cả câu hỏi trên – hết thảy chúng ta đều sẽ trả lời như vậy ở một thờ điểm nào đó trong đời – thì chúng ta đang đối diện với *sự đầy đủ* của Kinh Thánh.

Hầu hết Cơ Đốc nhân đều quen thuộc với những đặc tánh của Đức Chúa Trời. Ở một thời điểm và ở một mức độ nào đó, chúng ta đã học về sự thánh khiết, sự công chính, sự toàn tri, sự tể trị, sự tốt lành, sự thương xót, tình yêu thương, cùng hết thảy những đặc tánh khác được liệt kê là những đặc tánh thiêng liêng của Đức Chúa Trời. Nhưng tôi nghi ngờ là chúng ta có thể kể tên, mà không thể giải thích được những đặc tính của *Kinh Thánh*. Theo thói cũ, các nhà thần học Tin lành đã nêu bật lên bốn đặc tính cốt lõi của Kinh Thánh: đầy đủ (sufficiency), rõ ràng (clarity), thẩm quyền (authority) và thiết yếu (neccesity). Mỗi đặc tính – chúng ta có thể ghi nhớ bằng chữ viết tắt tiếng Anh là SCAN – là để bảo vệ một lẽ thật quan trọng về Kinh Thánh:

> **Đầy đủ (sufficiency):** Kinh Thánh chứa đựng mọi sự mà chúng ta cần để hiểu biết sự cứu rỗi và sống tin kính. Chúng ta không cần sự mặc khải nào nữa từ trời.

> **Rõ ràng (clarity):** Sứ điệp cứu rỗi của Đức Chúa Jêsus Christ được dạy rõ ràng trong Kinh Thánh và người nào có tai mà nghe đều có thể hiểu được. Chúng ta không cần trường lớp chính quy dạy chúng ta biết Kinh Thánh có nghĩa là gì.

> **Thẩm quyền (authoritative):** Lời quyết định luôn là Lời của Đức Chúa Trời. Chúng ta không cho phép

sự dạy dỗ của khoa học, kinh nghiệm của loài người, hay là ban trị sự của Hội thánh có quyền cao hơn Kinh Thánh.

Cần thiết (neccesity): Sự mặc khải chung không đủ để cứu rỗi chúng ta. Chúng ta không thể biết Đức Chúa Trời là Đấng cứu rỗi bằng kinh nghiệm cá nhân và lý luận của loài người. Chúng ta cần Lời Chúa dạy chúng ta biết cách sống, biết Đấng Christ là ai và làm thế nào để được cứu rỗi.

Hay là để thứ tự lại các đặc tính, chúng ta có thể nói là: Lời Chúa là lời quyết định; Lời Chúa là lời dễ hiểu; Lời Chúa là lời cần thiết; và Lời Chúa là đủ. Mỗi đặc tính cần có một chương dành riêng để nói về đặc tính đó. Chúng ta sẽ bắt đầu nói về sự đầy đủ của Lời Chúa ở trong chương này.

Hơn cả đầy đủ

Giáo lý về sự đầy đủ của Kinh Thánh – đôi khi được gọi là sự toàn vẹn của Kinh Thánh – nghĩa là "Kinh Thánh rõ ràng đến nỗi khiến chúng ta phải biết gánh lấy trách nhiệm của mình ở trước mặt Đức Chúa Trời".[1] Đó là một giáo lý về đạo đức. Giáo lý này trừ bỏ những bào chữa về sự không vâng lời. Không ai có thể nói là Đức Chúa Trời không bày tỏ đầy đủ cho chúng ta biết phải được cứu thế nào hay là phải sống làm sao để Chúa vui lòng. Kinh Thánh khiến chúng ta trở nên thành thạo và "sắm sẵn để làm mọi việc lành" (2 Ti-mô-thê 3:16-17). Chúng ta không cần phải thêm vào Kinh Thánh để đối diện với những thách thức ngày hôm nay hay là lấy bớt khỏi Kinh Thánh cho phù hợp với những quan niệm ngày nay. Lời của Đức Chúa Trời là toàn vẹn và hoàn chỉnh, là tất cả những gì chúng ta cần để biết Đấng Christ, sự cứu rỗi và sự tin kính. Hay là như tiền nhân Athanasius nói rằng: "Quyển

---

[1] John M. Frame, *Giáo lý về Lời của Đức Chúa Trời* (Phillipsburg, NJ: Trưởng lão & Cải chánh, 2010), trang 226.

Kinh Thánh thiêng liêng là đủ để giải nghĩa lẽ thật".[2]

Trong bốn đặc tính của Kinh Thánh, thì đây là đặc tính mà các nhà Tin lành thường hay quên nhất. Nếu thẩm quyền là vấn đề về tự do, sự rõ ràng là vấn đề về thời kỳ hậu hiện đại, và sự thiết yếu là vấn đề cho người vô tín và không biết, thì sự đầy đủ là đặc tính mà Cơ Đốc nhân đi nhà thờ thường hay nghi ngờ nhiều nhất. Chúng ta có thể nói nhiều điều đúng về Kinh Thánh, ngay cả đọc Kinh Thánh thường xuyên, nhưng khi cuộc sống trở nên khó khăn, hay là nhàm chán một chút, thì chúng ta tìm kiếm tài liệu mới, sự mặc khải mới và kinh nghiệm mới để được ở gần Đức Chúa Trời hơn. Chúng ta tỏ ra chán ngắt về cách Tân Ước mô tả thiên đàng, nhưng lại bị cuốn vào câu chuyện một cậu bé còn tuổi đi học tuyên bố là đã lên trời và quay trở lại. Từ những bài viết trên báo về "Cuộc đối thoại của tôi với Chúa" (xem Chương 2), cho đến những quyển sách bán chạy nhất nói rằng Đức Chúa Trời đặc biệt phán riêng với ai đó, chúng ta có thể dễ dàng cho rằng Kinh Thánh vẫn chưa đủ. Nếu chúng ta có nguồn liệu nào hơn cả Kinh Thánh, thì chúng ta sẽ thực sự gần Chúa Jêsus và biết được tình yêu của Ngài dành cho chúng ta.

Tất nhiên là trừ khi công tác cứu chuộc của Đấng Christ dành cho chúng ta được ràng buộc cách mật thiết vào sự mặc khải của Ngài dành cho chúng ta.

Con Một cao trọng của Đức Chúa Trời

Ý tưởng lớn trong những câu đầu tiên của sách Hê-bơ-rơ là ý tưởng lớn cho toàn bộ sách Hê-bơ-rơ. Đức Chúa Trời đã phán bởi Con Ngài, và Con Ngài là cao trọng hơn hết thảy mọi người, các vật trên trời, các thể chế, nghi thức và các phương tiện của sự mặc khải và sự cứu chuộc trước đây. Đó là vì sao câu 1 và 2 bắt đầu bằng một loạt ý đối lập.

---

[2] Được trích từ quyển sách *Lời sự sống: Kinh Thánh là Lời sống và năng động của Đức Chúa Trời* của Timothy Ward (Downers Grove: IL: IVP Acdemic, 2009), trang 107.

Thời kỳ. Thời kỳ đã qua là "đời xưa", nhưng còn chúng ta đang ở trong "những ngày sau rốt". Chỗ này không nhất thiết có nghĩa là thời kỳ cuối cùng của thế gian đã đến gần. Nó có nghĩa là chúng ta đã bước vào thời đại mới, thời đại của Đức Thánh Linh, sự cứu rỗi rất lớn đã xảy ra đúng thời điểm này. Sự chết và sự sống lại của Chúa Jêsus đã mở ra một kỷ nguyên mới cho cả thế giới. Không còn sự cứu rỗi nào khác nữa trước ngày cuối cùng sẽ đến. Chính điều đó khiến chúng ta *có mặt* trong những ngày sau rốt.

Người nhận. Ngày xưa, từ rất lâu, Đức Chúa Trời đã phán dạy "tổ phụ chúng ta" – là các trưởng tộc, tổ tiên của người Do Thái. Nhưng ngày nay, Đức Chúa Trời đã phán dạy "chúng ta". Đây là thời kỳ mới, Đức Chúa Trời đang phán với một nhóm dân tộc khác.

Người trung gian. Đức Chúa Trời cũng phán qua một "người trung gian" khác. Ngày xưa, Chúa phán qua "các tiên tri", là những tiên tri ngày xưa, những người có chức năng của tiên tri giống như Môi-se, hay là những người viết ra lời tiên tri (tham khảo các phân đoạn Kinh Thánh Cựu Ước). Đức Chúa Trời đã từng dùng "các đấng tiên tri" để phán. Nhưng trong ngày sau rốt, Đức Chúa Trời đã phán "bởi Con Ngài". Đức Chúa Jêsus Christ đã bày tỏ Đức Chúa Trời là ai, Ngài dạy chúng ta biết ý muốn của Đức Chúa Trời và bày tỏ với chúng ta con đường cứu rỗi.

Nhiều cách. Từ xưa Đức Chúa Trời đã phán nhiều lần *(polymeros)* và nhiều cách *(polytropos)*. Đức Chúa Trời đã phán qua khải tượng, giấc mơ, tiếng phán, bụi gai cháy, trụ lửa, con lừa và viết lên tường. Đó là ngày xưa. Nhưng trong những ngày sau rốt này, Đức Chúa Trời đã phán bằng một cách, đó là qua Đức Chúa Jêsus Christ. Sự tương phản ngầm đó là cho dù ngày xưa Đức Chúa Trời phán với dân sự của Ngài bằng nhiều cách, thì bây giờ chỉ có một cách để bày tỏ sự mặc khải: đó là qua Con Ngài.

Tất cả bốn sự tương phản trên nhằm dẫn chúng ta đến cùng một kết luận, một kết luận đầy vinh hiển được nói ra trong Hê-bơ-rơ 1:2-4 – Đấng Christ là Đấng trung bảo cao trọng và cuối cùng trong sự cứu rỗi và sự mặc khải của Đức Chúa Trời. Trước giả Hê-bơ-rơ, trích từ Thi thiên 2 và 110, đưa ra bảy lời khẳng định cho kết luận này là:

1. Con là Đấng kế tự muôn vật (Hê-bơ-rơ 1:2b). Mọi vật đều hướng về Đấng Christ. Công tác sứ mạng trong thời đại này là đem mọi vật vốn dĩ thuộc về Ngài trở lại cùng Đấng Christ.

2. Con là Đấng Tạo Hóa của muôn vật (Hê-bơ-rơ 1:2c). Mặc dù thân vị thứ hai trong Ba Ngôi Đức Chúa Trời không được nhắc đến trong sự sáng tạo, chúng ta thấy Đức Chúa Trời đã sáng tạo bằng tiếng phán của Ngài ở trong Sáng thế ký. Tiếng phán ấy chính là Ngôi Lời đã đến làm người.

3. Con là Đấng nâng đỡ muôn vật (câu 3). Mỗi hạt proton, mỗi hạt electron, mỗi hợp chất, mỗi hạt phân tử và hành tinh, mỗi vì sao và dãy ngân hà đều được nâng đỡ bởi Lời quyền năng của Ngài.

4. Con là sự mặc khải của Đức Chúa Trời (câu 3). Ngài chính là hình ảnh trung thực của Đức Chúa Trời, không chỉ đơn thuần là sự phản chiếu vinh hiển từ thiên thượng mà chính là sự chói sáng rực rỡ của vinh hiển Đức Chúa Trời. Ngài chính là hình ảnh chính xác của Đức Chúa Trời, về cốt lõi lẫn bản chất. Đấng Christ bày tỏ với chúng ta về Đức Chúa Trời thật như chính Ngài.

5. Con là Đấng làm sạch tội của chúng ta (câu 3b). Ngài xóa đi sự nhơ nhuốc và mặc cảm tội lỗi, không chỉ là hình bóng của những điều lớn lao sắp đến (giống như của lễ ngày xưa) mà là của lễ thật đã được báo trước.

6. Con đã ngồi (câu 3b). Giống như một người mẹ ngồi xuống vào cuối ngày sau khi con cái đã đi ngủ và bếp núc đã được dọn sạch sẽ, thì Đấng Christ đã ngồi bên hữu Đức Chúa

Trời bởi vì công tác của Ngài đã được hoàn thành. Chúa được tôn làm vua (Thi thiên 110:1) và công tác của thầy tế lễ thượng phẩm được hoàn thành một lần đủ cả (Hê-bơ-rơ 9:25-26).

7. *Do đó, Con trở nên cao trọng hơn thiên sứ (câu 4).* Ngài là Đấng cao trọng hơn các sứ giả của thiên đàng bởi vì Đức Chúa Trời phán những Lời cuối cùng qua Ngài. Chẳng có Lời nào nữa sau Ngài. Sự cứu rỗi rất lớn của chúng ta đã đến – được khẳng định bằng những dấu kỳ, phép lạ và các ân tứ của Đức Thánh Linh – và sẽ không bao giờ qua đi (2:1-4).

Đức Chúa Trời đã phán bởi Con Ngài, và Con là Đấng cao trọng hơn mọi người, các hữu thể trên trời, các thể thế, mọi lễ nghi và những phương tiện trước kia dùng để mặc khải và cứu rỗi. Đó là ý lớn trong Hê-bơ-rơ 1:1-4 và xuyên suốt cả sách. Đấng Christ cao trọng hơn thiên sứ (chương 1-2), hơn Môi-se (chương 3), hơn Giô-suê (chương 3-4), hơn A-rôn (chương 5), hơn Áp-ra-ham (chương 6), hơn Mên-chi-xê-đéc (chương 7), hơn Cựu Ước (chương 8), hơn đền tạm (chương 9), hơn thầy tế lễ thượng phẩm (chương 10), hơn mọi báu vật trong thế gian (chương 11), hơn Núi Si-nai (chương 12), và hơn cả thành phố ở trên đất này (chương 13). Con là Đấng tối cao rất lớn, vượt trên muôn vật bởi vì chúng ta có được sự trọn vẹn và sự cuối cùng trong sự cứu chuộc và sự mặc khải của Đức Chúa Trời ở trong Ngài.

Sự đầy đủ ở trong Con và trong Kinh Thánh

Vậy thì những điều này liên quan gì đến sự đầy đủ của Kinh Thánh? Hãy nhìn kỹ hơn vào phần kết luận ở trên: Con là Đấng cao trọng hơn mọi vật bởi vì ở trong Ngài, chúng ta có được sự toàn vẹn và sự cuối cùng của sự cứu rỗi và sự mặc khải của Đức Chúa Trời. Chúng ta hiểu rõ phần *toàn vẹn*. Mọi thứ của "đời xưa" đều chỉ về Đấng Christ và mọi thứ được trọn vẹn ở trong Đấng Christ. Chúa là sự ứng nghiệm của những lời tiên tri, những lời khẳng định và những kiểu mẫu. Đó là phần toàn vẹn của phương trình.

Nhưng *hành động cuối cùng* trong công tác của Đấng Christ cũng không kém phần quan trọng. Đức Chúa Trời đã bày tỏ chính Ngài. Đấng Christ đã trả giá vì tội lỗi của chúng ta một lần đủ cả. Chúa đã đến thế gian, sống ở giữa chúng ta, chịu chết trên thập tự giá, và kêu lên trước khi tắt hơn rằng: "Mọi sự đã được trọn!" Chúng ta không phải đợi vua nào khác để cai trị chúng ta nữa. Chúng ta không cần tiên tri như Muhammad. Không cần thầy tế lễ để làm lễ chuộc tội cho chúng ta nữa. Công tác cứu rỗi đã được làm xong rồi.

Chúng ta không được tách rời sự cứu chuộc khỏi sự mặc khải. Cả hai đã được làm trọn vẹn và được ứng nghiệm ở trong Con Trời. Lời của Đức Chúa Trời đối lập với lời của Đức Chúa Trời? Kinh Thánh đối lập với Chúa Jêsus? Kinh Thánh đối lập với Đức Chúa Con? Thư tín Hê-bơ-rơ không có chỗ cho sự đối lập quỷ quyệt như thế. Đúng là Kinh Thánh không phải Chúa Jêsus; Kinh Thánh không phải Con Trời. Những từ ngữ trong Kinh Thánh khác với Ngôi Lời trở nên xác thịt, cả hai không thể tách rời nhau được. Mỗi hành động cứu rỗi – từ thời xuất Ê-díp-tô, cho đến lúc trở về từ cuộc lưu đày, cho đến thập tự giá – là một sự mặc khải. Chúng nói với chúng ta về bản chất của tội lỗi, con đường cứu rỗi, và đặc tánh của Đức Chúa Trời. Cũng vậy, mục tiêu của sự mặc khải vẫn luôn là để cứu chuộc. Những lời lẽ của các tiên tri và các sứ đồ không có ý khiến chúng ta trở nên thông minh, mà để chúng ta được cứu rỗi. Sự cứu chuộc bày tỏ. Sự mặc khải cứu chuộc.

Đấng Christ có cả hai. Ngài là hành động cứu chuộc cuối cùng và trọn vẹn của Đức Chúa Trời, Ngài cũng là sự mặc khải về cuối cùng và trọn vẹn về Đức Chúa Trời. Thậm chí những lời dạy dỗ sau này của các sứ đồ đơn giản chỉ là nhắc lại những gì Chúa Jêsus đã phán (Giăng 15:26) và sự giải thích sâu xa hơn của Đức Thánh Linh về hết thảy mọi sự đã xảy ra và tất cả mọi sự mà Chúa đã làm (Giăng 16:13-15). Frame luận rằng: "Không gì có thể thêm vào công tác cứu chuộc của Ngài và không gì có thể thêm vào sự mặc khải về công tác cứu chuộc ấy".[3] Nếu chúng ta nói sự mặc khải chưa được trọn vẹn, thì chúng ta phải thừa nhận rằng công tác cứu chuộc cũng chưa được trọn.

Vậy, chúng ta còn nói là Đức Chúa Trời không phán nữa chăng? Không. Nhưng chúng ta phải suy xét cẩn thận về cách Ngài đang phán trong những ngày cuối cùng này. Đức Chúa Trời đang phán qua Con của Ngài. Hãy nghĩ đến ba chức vị của Đấng Christ – tiên tri, thầy tế lễ, vua. Thực chất, Đấng Christ đã hoàn thành công tác của Ngài qua từng chức vị đó. Nhưng Ngài vẫn còn đang hành động *qua* công tác đã hoàn thành này.

Là một vị Vua, Đấng Christ đã ngồi trên ngôi và trị vì từ trời, nhưng việc khai quốc của Ngài không giống như việc lập quốc. Vẫn có đó những kẻ thù cần phải được khuất phục ở dưới bệ chân của Ngài (Hê-bơ-rơ 2:8).

Là một thầy tế lễ, Đấng Christ đã trả giá cho hết thảy tội lỗi của chúng ta bằng huyết báu của Ngài, một lần đủ cả, không bao giờ có lần thứ hai. Nhưng, sự cứu rỗi rất lớn này vẫn phải được ban cho miễn phí, còn Đấng Christ phải giữ chúng ta ở trong sự cứu chuộc này (Hê-bơ-rơ 2:3).

Cuối cùng, là một tiên tri, Đức Chúa Trời đã phán cách quyết đoán ở trong Con của Ngài. Chúa đã bày tỏ cho chúng ta hết thảy những gì chúng ta cần biết, tin và làm theo. Chẳng còn gì để nói thêm nữa. Nhưng, Đức Chúa Trời vẫn tiếp tục phán thông qua những gì Ngài đã phán. "Vì lời của Đức Chúa Trời là lời sống và linh nghiệm" (Hê-bơ-rơ 4:12); khi Kinh Thánh vẫn còn được loài người đọc, thì Đức Thánh Linh vẫn

---

[3] Frame, *Giáo lý về Lời Đức Chúa Trời*, 227.

còn phán (3:7).

Vậy thì đúng là Đức Chúa Trời vẫn còn phán. Chúa không hề im lặng. Ngài phán với chúng ta một cách cá nhân và trực tiếp. Nhưng tiếng phán ấy không phải là sự mặc khải nữa. "Ấy chính Ngài sẽ làm sáng danh ta, vì Ngài sẽ lấy điều thuộc về ta mà rao bảo cho các ngươi" (Giăng 16:14), Bavinck viết rằng: "Sự mặc khải của Đức Chúa Trời đã được hoàn tất ở trong Đấng Christ".[4] Vào những ngày cuối cùng này, Đức Chúa Trời không phán với chúng ta bằng nhiều cách khác nhau, mà chỉ một cách đó là qua Con Ngài. Chúa phán qua Con của Ngài bằng sự mặc khải của công tác cứu chuộc mà Con Ngài đã làm, là điều đã được báo trước ở trong Cựu Ước, được ký thuật lại trong các sách Phúc âm, và cuối cùng được bày tỏ ra bởi Đức Thánh Linh thông qua các sứ đồ trong các phần còn lại của Tân Ước.

Kinh Thánh là đủ vì công tác của Đấng Christ là đủ. Cả hai đứng hay ngã cùng nhau. Sự cứu chuộc của Con Đức Chúa Trời và sự mặc khải của Con Đức Chúa Trời là đầy đủ. Như vậy, không còn phải làm gì thêm nữa và không còn phải biết gì thêm nữa về sự cứu rỗi và đời sống Cơ Đốc của chúng ta ngoài những gì chúng ta thấy và biết về Đấng Christ và bởi Đấng Christ ở trong sách của Thánh Linh. Frame đã nói đúng lắm: "Kinh Thánh là bằng chứng của Đức Chúa Trời cho sự cứu chuộc mà Ngài đã làm cho chúng ta. Một khi sự cứu chuộc ấy đã được hoàn thành, lời chứng của các sứ đồ cũng được hoàn thành, Kinh Thánh được hoàn thiện, thì chúng ta không nên mong chờ điều gì thêm nữa".[5] Hay là như Packer từng nói, ngắn gọn hơn nhưng đầy đủ sự thật, là: "Không có Lời Đức Chúa Trời phán với chúng ta ngày hôm nay ngoại trừ Kinh Thánh".[6]

---

[4] Herman Bavinck, *Giáo lý Cải chánh, Quyển 1: Lời giới thiệu*, biên soạn bởi John Bolt, chuyển ngữ bởi John Vriend (Grand Rapids, MI: Baker Academic, 2003), trang 491.

[5] Frame, *Giáo lý về Lời Đức Chúa Trời*, 227.

[6] J. I. Packer, *"Trào lưu Chính thống"* và Lời Đức Chúa Trời (Grand Rapids, MI: Eerdmans, 1958), 119. Trong khi sự mặc khải "trực tiếp" không còn nữa, thì chúng ta nên cho phép sự mặc khải "gián tiếp" mà Đức Chúa

Tính đầy đủ thực tiễn

Tại sao phải nhắc đến những điều này? Tính đầy đủ của Kinh Thánh sẽ tác động đến đời sống Cơ Đốc của chúng ta như thế nào? Tôi sẽ kết thúc chương này bằng việc đưa ra bốn tác động lớn đối với chúng ta.

Đầu tiên, tính đầy đủ của Kinh Thánh sẽ giúp chúng ta giữ vững sự chính thống ở đúng chỗ của nó. Sự chính thống chắc hẳn có một vị trí trong việc hiểu biết Lời Chúa và ảnh hưởng đến sự tin quyết về giáo lý trong Hội thánh. Sự khác biệt thường bị phớt lờ nhiều nhất ngày hôm nay đó là sự khác biệt về những người đã khuất. Chúng ta phải học hỏi từ các giáo sư vĩ đại là những người đã sống trước chúng ta. Chúng ta phải đứng thật vững trên những tín điều phổ thông của Hội thánh. Đối với ai thuộc dòng chính thống – như giáo hội Luther, Anh giáo, Trưởng lão, và Cải chánh – chúng ta phải thật nghiêm túc, cẩn thận và liêm chính giữ vững tiêu chuẩn niềm tin của mình. Nhưng ngay cả những tín điều và giáo lý vấn đáp này chỉ có giá trị khi chúng tóm tắt những gì được dạy dỗ trong Kinh Thánh. Không có bản văn thứ cấp nào từ loài người có thể thay thế hay được phép phá vỡ lòng trung thành và kiến thức của chúng ta đối với Kinh Thánh.

Tính đầy đủ của Kinh Thánh củng cố lời kêu gọi của phong trào Cải chánh về *sola Scriptura*, hay còn gọi là "duy Kinh Thánh". Điều này không có nghĩa là chúng ta sẽ tiếp cận Kinh Thánh mà không cần sự trợ giúp của các giáo sư, các nguồn tư liệu, và các giáo lý đã được thẩm định. Từ ngữ "duy" không có nghĩa là "tự thân" (solo Scriptura) không cần phải xét đến niềm tin hay điểm chung nào cả, nhưng duy Kinh Thánh có nghĩa là thẩm quyền quyết định. Mọi sự phải được kiểm chứng bởi Lời Chúa. Sự chính thống không có vai trò ngang bằng với Kinh Thánh trong việc nhận biết lẽ thật. Đúng

Trời bày tỏ với chúng ta sự khôn ngoan và cách áp dụng mới – đôi khi xảy ra bất ngờ – nhưng luôn qua Kinh Thánh. Xem Garnet Milne, *Giáo lý Vấn đáp Westminster về Đức tin và sự Chấm dứt của Mặc khải Đặc biệt: Quan điểm Chính yếu của Phong trào Thanh giáo về việc Lời tiên tri ngoại Kinh vẫn còn chăng* (Bletchey, Milton Keynes, UK: Paternoster, 2007).

hơn là, sự chính thống có vai trò xác nhận, làm sáng tỏ và ủng hộ. Chúng ta không chấp nhận những đổi mới về giáo lý như giáo hoàng luôn đúng, luyện ngục, đức mẹ vô nhiễm nguyên tội, hay là sự thờ lạy Ma-ri, bởi vì những tín điều này không được tìm thấy trong Lời Đức Chúa Trời và chúng còn trái ngược với những gì được bày tỏ trong Kinh Thánh. Mặc dù chúng ta muốn bày tỏ sự tôn trọng dành cho các bạn thuộc Thiên Chúa giáo và cũng thật biết ơn vì rất nhiều khía cạnh về niềm tin lẫn công tác xã hội của họ, nhưng chúng ta vẫn phải giữ lòng trung thành với *sola Scriptura*. Điều này được bày tỏ rất rõ ràng trong việc hiểu đúng tính đầy đủ của Kinh Thánh.

Thứ hai, tính đầy đủ của Kinh Thánh giúp chúng ta không thêm bớt vào Lời Đức Chúa Trời. Khi nói đến Kinh Thánh, chúng ta phải luôn nhớ rằng mình đang đọc một quyển sách về giao ước. Những tài liệu về giao ước thường kết thúc bằng một lời rủa sả. Chúng ta thấy sự rủa sả ở trong Phục truyền 4:2 và 12:32, đó là thời điểm dân Y-sơ-ra-ên được cảnh báo về việc không được thêm bớt vào luật pháp (xem Châm ngôn 30:5-6). Cũng vậy, chúng ta thấy một sự rủa sả tương tự được kết luận vào cuối Tân Ước trong sách Khải huyền 22:18-19 – "Tôi ngỏ cho kẻ nào nghe lời tiên tri trong sách này: Nếu ai thêm vào sách tiên tri này điều gì, thì Đức Chúa Trời sẽ thêm cho người ấy tai nạn đã ghi chép trong sách này. Và kẻ nào bớt điều gì trong những lời ở sách tiên tri này, thì Đức Chúa Trời sẽ cất lấy phần họ về cây sự sống và thành thánh, mà đã chép ra trong sách này". Lời cảnh cáo mạnh mẽ này, ở cuối sách Kinh Thánh, là một lời nhắc nhở cho chúng ta không được thêm vào Kinh Thánh – để làm cho Kinh Thánh tốt hơn, đáng tin cậy hơn, hoặc là phù hợp với những giả định của chúng ta – và chúng ta cũng không nên lấy bớt điều gì từ Kinh Thánh, ngay cả nếu kinh nghiệm, báo chí, hay là cung bậc cảm xúc từ văn hóa nhất quyết về điều nào đi nữa.

Thứ ba, tính đầy đủ của Kinh Thánh giúp chúng ta có thể

chắc chắn rằng Lời Đức Chúa Trời có tầm quan trọng ở trong mọi khía cạnh đời sống. Đức Chúa Trời đã ban cho chúng ta mọi điều thuộc về sự sống và sự tin kính (2 Phi-e-rơ 1:3); Kinh Thánh đủ khiến chúng ta khôn ngoan để được cứu rỗi và được nên thánh ở trong Đức Chúa Jêsus Christ (2 Ti-mô-thê 3:14-17). Nếu chúng ta học cách đọc Kinh Thánh cho tấm lòng của mình, hiểu đúng cốt truyện của Kinh Thánh, từ đầu cho đến hết câu chuyện, và hướng đến sự vinh hiển của Đức Chúa Trời chiếu sáng trên mặt của Đấng Christ, thì chúng ta sẽ thấy mọi thứ ở trong Kinh Thánh đều có ích cho chúng ta. Để quả quyết về tính đầy đủ của Kinh Thánh, chúng ta không thể nói rằng Kinh Thánh cho biết mọi điều mà chúng ta muốn biết, nhưng Kinh Thánh cho biết mọi điều mà chúng ta cần phải biết là quan trọng nhất. Kinh Thánh không cung cấp hết mọi thông tin cho từng đề tài, nhưng trong mỗi đề tài mà Kinh Thánh nói đến đều là sự thật. Trong lẽ thật của Kinh Thánh, chúng ta có đủ sự hiểu biết để tránh xa tội lỗi, tìm gặp Cứu Chúa, đưa ra những quyết định đúng, làm vui lòng Đức Chúa Trời, và tìm ra gốc rễ sâu xa của vấn đề.

Thứ tư, giáo lý về tính đầy đủ của Kinh Thánh mời gọi chúng ta mở Kinh Thánh ra để nghe tiếng phán của Đức Chúa Trời. Cách đây không lâu, tôi còn ở trong ban cố vấn của một hệ phái, chúng ta cần phải tìm ra "tiêu chuẩn chung" cho cộng đồng của mình. Khi tôi gợi ý tiêu chuẩn chung đầu tiên phải là tra xét mọi thứ dựa trên Lời Đức Chúa Trời, thì người ta nói với tôi – trích dẫn chính xác – là "chúng ta không ngồi đây để mở Kinh Thánh ra". Rõ ràng là mục tiêu của ban cố vấn này là lắng nghe tấm lòng của mình và lắng nghe lẫn nhau, nhưng chúng ta không lắng nghe nhiều từ Đức Chúa Trời. Sau đó, trong một cuộc họp của hệ phái này, một mục sư đến từ Nam Mỹ đã chấn chỉnh cả thân thể. Khi thấy mặt sau của tờ quảng cáo một chương trình "khám phá" khải tượng của Đức Chúa Trời cho hệ phái của chúng tôi, ông ta đã nhận xét là: "Khám phá? Tôi hy vọng quý vị sẽ tìm thấy điều đang tìm kiếm. Đừng tìm kiếm lâu quá nhé!" Đó là một cú thúc chính xác vào xu hướng trong Hội thánh ở Mỹ về cách lập kế hoạch, nuôi dưỡng mơ ước, chia sẻ khải tượng, và tổ chức thực hiện theo sự sáng suốt của nhau, trong khi tiếng phán rõ ràng của Đức Chúa Trời lại bị phớt lờ ngay trên đùi của chúng ta.

Lời Đức Chúa Trời là quá đủ cho dân sự của Đức Chúa Trời để họ biết sống cho sự vinh hiển của Ngài. Đức Chúa Cha sẽ phán bằng mọi cách mà Đức Thánh Linh đã phán qua Đức Chúa Con. Câu hỏi là chúng ta có chịu mở Kinh Thánh ra và lắng nghe hay không.

4

Lời Chúa là rõ ràng

Điều răn này mà ta truyền cho ngươi ngày nay chẳng phải cao quá ngươi, hay là xa quá cho ngươi Nó chẳng phải ở trên trời, để ngươi nói rằng: Ai sẽ lên trời đem nó xuống cho chúng tôi nghe, đặng chúng tôi làm theo? Nó cũng chẳng phải ở bên kia biển, để ngươi nói rằng: Ai sẽ đi qua bên kia biển, đem nó về cho chúng tôi nghe, đặng chúng tôi làm theo? Vì lời này rất gần ngươi, ở trong miệng và trong lòng ngươi, để ngươi làm theo nó.

(Phục truyền 30:11-14)

Vài năm trước, tôi đang chia sẻ trong một diễn đàn giải đáp thắc mắc về sự phát triển của Hội thánh. Cùng với các diễn giả khác, tôi được ngồi trong một khán phòng rất to có thể ít nhất chứa được một ngàn người. Đó là một diễn đàn tràn ngập bầu không khí tranh luận, chỉ với bảy mươi người tập trung chú ý trong khi họ ngồi rải rác khắp phòng. Mặc dù đó là một sự kiện khó quên, nhưng tôi lại nhớ tới chương trình này bởi vì có một người đã đến nói chuyện cùng tôi sau diễn đàn. Thật ra, "nói chuyện" có lẽ là từ ngữ thanh tao. Đúng hơn là một bài diễn thuyết. Người này, có vợ đang đứng cách đó không xa với biểu hiện "Tôi đã chứng kiến điều này nhiều lần" ở trên gương mặt, điên tiết hẳn lên bởi vì tôi đã dám nói rằng mình biết Kinh Thánh dạy gì.

Tôi nhanh chóng nhận ra cuộc đối thoại của chúng tôi chẳng đi tới đâu và chỉ khiến cả hai cảm thấy thất vọng mà thôi. Cứ mỗi lần tôi dẫn chứng một câu Kinh Thánh, thì ông ta nói rằng: "Đó là cách giải nghĩa của anh". Rồi tôi lại dẫn chứng một câu Kinh Thánh khác nữa để cho thấy Chúa Jêsus và các sứ đồ đã tuyên bố là họ biết Kinh Thánh muốn nói gì, ông ta lại nói rằng: "Đó là cách giải nghĩa Kinh Thánh của anh về sự giải nghĩa Kinh Thánh". Sau đó, tôi nói về sứ đồ Phao-lô tranh luận ở trong nhà hội, thì ông ta nói rằng: "Đó chỉ là hiểu biết của anh về câu chuyện ấy mà thôi". Có ai thấy tại sao cuộc trò chuyện này thật vô nghĩa chăng! Chúng tôi không thể nói về những vấn đề quan trọng khác bởi vì chúng tôi không đồng ý với nhau về việc chúng tôi có thể biết chắc một điều nào đó ở trong Kinh Thánh. Tóm lại, chúng tôi không có cùng sự hiểu biết về tính rõ ràng của Kinh Thánh.

Một định nghĩa thấu đáo
Tính rõ ràng của Kinh Thánh – đôi khi được gọi là "sự dễ hiểu" (một từ có nghĩa rõ ràng thì không phải tất cả đều rõ ràng) – được định nghĩa thấu đáo ở trong Giáo lý Vấn đáp Westminster (WCF) như sau:

> Mọi sự ở trong Kinh Thánh không phải tự chúng có nghĩa rõ ràng, cũng không rõ ràng cho tất cả mọi người: nhưng có những điều cần phải biết, tin, và gìn giữ để được cứu rỗi, lại được nghiên cứu rất rõ ràng, và được mở rộng ở một vài chỗ trong Kinh Thánh hay những tài liệu khác, đến nỗi không chỉ người học, mà người vô học, khi nói đến ý nghĩa tự nhiên của chúng cũng có thể hiểu được. (WCF 1.7)

Cũng cần phải chú ý đến những sắc thái quan trọng ở trong định nghĩa này.

- Vài phần trong Kinh Thánh có nghĩa rõ hơn những phần khác. Không phải phân đoạn nào cũng dễ hiểu hay có nghĩa hiển nhiên.

- Những điều chính yếu mà chúng ta phải biết, tin, và làm theo lại được nói rõ trong Kinh Thánh.

- Cho dù những giáo lý cần thiết nhất không được nói rõ trong từng phân đoạn, nhưng chúng lại được làm rõ ở nhiều chỗ khác trong Kinh Thánh.

- Những điều cần thiết để được cứu rỗi lại được bày tỏ rất dễ hiểu ngay cả cho người vô học, hầu cho họ cũng biết dùng những nguyên nghĩa để nghiên cứu và học hỏi.

- Những điểm quan trọng nhất ở trong Kinh Thánh có thể không được hiểu một cách hoàn toàn, nhưng chúng có thể được hiểu một cách đầy đủ.

Giáo lý về tính rõ ràng của Kinh Thánh không phải là lời khẳng định vô căn cứ cho rằng ý nghĩa mỗi câu Kinh Thánh đều là hiển nhiên cho mọi người. Thay vì thế, tính dễ hiểu của Kinh Thánh lại ủng hộ khái niệm cho rằng người bình thường sử dụng nguyên nghĩa có thể hiểu chính xác một cách đầy đủ những gì cần phải biết, tin, và làm theo để họ trở thành Cơ Đốc nhân trung tín.

Một giáo lý bị tranh cãi

Trong khi tính rõ ràng của Kinh Thánh dường như dễ hiểu đối với một số Cơ Đốc nhân, thì nhiều người khác vẫn còn sự ngờ vực. Những phản đối điển hình có thể được chia thành ba đề mục sau đây.

Phản đối tính siêu nhiên. Theo quan điểm này – thường là theo cảm xúc hoặc là phản ứng thoái hóa hơn là một suy nghĩ chính quy – Đức Chúa Trời là Đấng siêu việt đến nỗi không được nói về Ngài chỉ bằng những từ ngữ có ý nghĩa. Về mức độ phổ biến, đây thường là cách truyền đạt khiêm tốn để giải cứu Đức Chúa Trời khỏi loại thần học do con người tạo ra. Người ta nói đức tin Cơ Đốc rất huyền bí. Có những điều không thể nói thành lời. Sau cùng, chúng ta không thể gói gọn Đức Chúa Trời ở trong cái hộp được. Lẽ thật không thể tóm gọn thành từ ngữ hay nhận định nào đó được. Ít ra, điều này có nghĩa là chúng ta không nên quá chắc chắn về cách giải nghĩa Kinh Thánh của mình. Trên hết, điều này cho thấy Kinh Thánh chỉ là một nỗ lực yếu ớt để mô tả đức tin huyền bí bằng cách sử dụng ngôn ngữ không hoàn hảo của loài người.

Phản đối Công giáo La-Mã. Về mặt lịch sử, Tin lành và Công giáo La-Mã có cùng sự hiểu biết về sự thần cảm và không sai lạc, nhưng lại khác nhau về những đặc điểm của Kinh Thánh. Các nhà thần học Công giáo La-Mã luận rằng toàn bộ Kinh Thánh không có sự rõ ràng. Vài phần trong Kinh Thánh không đầy đủ, cần được giải thích và bổ sung bởi sự truyền khẩu. Do đó, chúng ta rất dễ hiểu sai và áp dụng sai Kinh Thánh. Chúng ta cần ai đó hay điều gì đó cung ứng thêm uy quyền và liên kết các sự giải nghĩa lại với nhau. Nhiệm vụ đưa ra một "giải nghĩa đáng tin cậy" về Lời Đức Chúa Trời đã được giao cho những người chịu trách nhiệm về giáo dục, tức là giáo hoàng và các giám mục là những người có mối liên hệ với Chúa.[1]

Phản đối tính đa nguyên. Sự phản đối này dựa vào một đánh giá về cách giải nghĩa khó chịu hiện nay của chúng ta. Nếu Kinh Thánh là rõ ràng, thì sự tranh cãi nói rằng tại sao Cơ Đốc nhân không thể nhất trí với nhau về ý nghĩa? Tại sao lại có quá nhiều hệ phái thế kia? Tại sao lại có quá nhiều sách Cơ Đốc với bốn quan điểm về điều này và năm quan điểm về điều kia? Có người tự cho mình biết rõ ý nghĩa của Kinh Thánh, nhưng nếu Kinh Thánh quá rõ ràng đến như vậy thì tại sao Hội thánh lại dùng Kinh Thánh để biện minh cho tình trạng buôn

---

[1] *Giáo lý Vấn đáp của Hội thánh Công giáo*, ấn bản 2, 1997, phần 1, mục 2, chương 2, khoản 2, III [#85, 100].

nô lệ, các cuộc thập tự chinh, trái đất phẳng, quan điểm địa cầu là trung tâm của vũ trụ? Rốt cuộc, sự tranh luận chỉ xoay quanh một vấn đề giải nghĩa nào đó *hiện là* đúng hay sai. Sự phản đối tính đa nguyên thắc mắc về ý niệm ai trong chúng ta cũng có nền tảng vững chắc để *biết* một giải nghĩa nào đó là đúng hay sai.

Thay vì trả lời từng phản đối một, tôi muốn đưa ra một cách tiếp cận rộng hơn và để xem Kinh Thánh nói gì về tính rõ ràng của Kinh Thánh. Khi trải mình xuyên suốt Kinh Thánh, rút tỉa những ẩn ý mà chúng ta tìm được, tôi nghĩ là định nghĩa ban đầu của chúng ta có thể được ủng hộ và những phản đối khác nhau ở trên cũng được giải quyết nữa. Chúng ta sẽ bắt đầu bằng cách nhìn vào phân đoạn Kinh Thánh đã dẫn dắt chương này.

Gần, không quá xa

Sách Phục-truyền Luật-lệ-ký ký thuật lại sự ban cho luật pháp lần thứ hai, khi dân Y-sơ-ra-ên đứng ngay bờ mép để tiến vào Đất Hứa (Phục truyền 1:1-8). Quay lại trước đó, đoạn 34 ghi lại sự chết của Môi-se, đoạn 33 ghi lại lời chúc phước sau cùng của Môi-se, đoạn 32 ghi lại bài ca của Môi-se, đoạn 31 ghi lại sự chọn lựa Giô-suê trở thành lãnh đạo sau khi Môi-se qua đời, và đoạn 1-30 ghi lại một bài giảng dài và nghi thức tiếp nhận giao ước mới mà Chúa đã dùng Môi-se để phán truyền. Đoạn 29 và 30 là kết luận cho bài giảng của Môi-se. Phóng to thêm chút nữa chúng ta sẽ thấy Phục truyền 30:11-20 là lời khuyên cuối cùng trong bài giảng trịnh trọng rất dài này. Môi-se đang nài xin dân sự hãy chọn sự sống, thay vì sự chết, bằng cách vâng giữ mạng lịnh và điều răn của Chúa (câu 15-20). Đó là tất cả những gì Môi-se đã bày ra từ đoạn 1-30. Nhưng để đảm bảo dân sự sẽ thực hiện bổn phận này, Môi-se đã cho thấy ông không yêu cầu họ làm điều quá khó. Trước khi khuyên bảo dân sự trong câu 15-20, Môi-se cam đoan với dân sự ở trong câu 11-14 rằng điều răn của Đức Chúa Trời không phải là quá khó đối với họ.

Mỉa mai thay, phân đoạn nói về tính dễ hiểu của Lời Chúa thật không dễ hiểu. Ngay từ đầu, sứ đồ Phao-lô đã nói thẳng thắn về luật pháp và khả năng không thể làm theo luật pháp của chúng ta. Làm thế nào Môi-se nói rằng mạng lịnh "chẳng phải cao quá ngươi" (câu 11) và "để ngươi làm theo" (câu 14) trong khi "chẳng có một người công bình nào hết, dẫu một người cũng không" (Rô-ma 3:10)? Tôi nghĩ đúng là luật pháp được ban cho bởi vì chúng ta không thể giữ luật pháp (Ga-la-ti 3:19-22). Tất nhiên, luật pháp đúng là công cụ để chúng ta tự cứu mình. Nhưng Môi-se không nói về việc giữ luật pháp để dân sự tự xưng mình là công bình. Ông đang nói với dân sự là những người đã được cứu khỏi xứ Ê-díp-tô, đã được trả tự do, được cứu khỏi việc giữ luật pháp. Ông đang khuyên họ hãy sống như một dân tộc tự do, đã được cứu, và được Đức Chúa Trời chọn lựa. Vì thế, Môi-se cam đoan với họ là Lời Đức Chúa Trời rất *dễ hiểu* và có thể *làm theo* – không cần phải hoàn hảo và cũng không làm để được khen ngợi, nhưng để làm vui lòng Đức Chúa Trời là Đấng đã giải cứu họ. Khi chúng ta suy gẫm về điều này, thì chúng ta thấy Chúa Jêsus cũng phán cùng các môn đồ của Ngài hãy làm theo mọi điều mà Chúa đã truyền dạy họ (Ma-thi-ơ 28:20) hoặc là sứ đồ Giăng tuyên bố rằng: "điều răn của Ngài chẳng phải là nặng nề" (1 Giăng 5:3).

Hình ảnh Lời Đức Chúa Trời ở trong Phục truyền 30:11-14 là rất dễ hiểu. Matthew Henry giải thích rằng: "Họ không thể biện minh nổi về sự không vâng lời của mình là vì Đức Chúa Trời đã phán cùng họ những điều khó hiểu hay là khó làm, không thể hiểu được hay làm được".[2] Chúng ta không cần phải vào thiên đàng thì mới hiểu được Lời Chúa (câu 12).

---

[2] Matthew Henry, *Chú giải Kinh Thánh*, biên tập bởi Hội thánh Leslie F. (Grand Rapids, MI: Zondervan, 1961), trang 200. Cũng xem "Sự khoái lạc của Đức Chúa Trời và Khả năng sống tin kính", chương 5 trong quyển sách *Lỗ hổng trong sự thánh khiết của chúng ta* (Wheaton, IL: Crossway, 2012).

Chúng ta không cần phải vượt đại dương để tìm hiểu Lời Chúa (câu 13). Lời Đức Chúa Trời không ở quá xa hay là một bí truyền. Calvin đã từng nói rằng: "Đức Chúa Trời không dạy chúng ta những bí ẩn khó hiểu khiến tâm trí phải sống trong chờ đợi, rồi dày vò chúng ta bằng những điều khó khăn, nhưng Chúa dạy những điều cần thiết một cách rất gần gũi, tùy vào khả năng nhận lãnh của chúng ta, còn kẻ dại sẽ phải chịu lấy hậu quả".[3]

Những điều Đức Chúa Trời muốn dân sự làm theo không ở tận trời cao hay xa tới bên kia đại dương. Luật pháp có thể ở trên môi miệng của chúng ta. Luật pháp có thể được dạy cho con cái của chúng ta (Phục truyền 6:7). Ý muốn của Đức Chúa Trời đã được bày tỏ ra không đòi hỏi phải có sự tìm kiếm và tháo gỡ những bí ẩn của vũ trụ (29:29). Lời Đức Chúa Trời ở gần, không quá xa, ngay trước mặt của chúng ta, dễ hiểu và có thể làm theo.

Cơ sở để khẳng định

Những gì sách Phục truyền dạy về tính rõ ràng của Lời Chúa đã được khẳng định xuyên suốt Kinh Thánh. Thí dụ, trước giả sách Thi thiên so sánh Lời Chúa như ánh sáng. Lời Chúa là ngọn đèn cho chân tôi, là ánh sáng cho đường lối tôi (Thi thiên 119:105). Sự giảng giải Lời Chúa đem lại ánh sáng, ban sự thông hiểu cho người thật thà (câu 130). Luật pháp làm cho kẻ ngu dại trở nên khôn ngoan và làm cho mắt sáng sủa (19:7-8). Đức Chúa Trời là sự sáng (1 Giăng 1:5), chúng ta có thể tin rằng Lời Chúa là rõ ràng và sáng sủa. Vậy thì, Đức Chúa Trời truyền dạy một cách rõ ràng, chứ không mơ hồ.

Khi quyển sách luật pháp được tìm thấy trong thời trị vì của vua Giô-si-a, người ta đọc, hiểu, và biết phải đáp ứng như thế nào (2 Các-vua 22-23). Ý nghĩa của bản văn vốn dĩ không

---

3 John Calvin, *Chú giải của Calvin, Tập 2*, dịch bởi Charles William Bingham (Grand Rapids, MI: Baker, 1993), trang 412.

mất đi, ngay cả nhiều năm sau đó ý nghĩa của Lời Chúa vẫn không thay đổi. Những lời đe dọa và lời hứa được nói ra cho một dân tộc đang bị tổn thương, sợ hãi, không có luật pháp, tuyệt vọng để làm gì, trừ khi những lời đe dọa và lời hứa ấy là dễ hiểu, ít ra cũng đủ dễ hiểu để một dân tộc đáp ứng lại bằng đức tin và sự tha thứ? Sự xuất hiện của các tiên tri, là "các luật sư giao ước" của Đức Chúa Trời, chỉ có ích khi họ có quyền nhấn mạnh trọng tâm của luật pháp sao cho dân sự biết và làm theo, nhưng lại bị phớt lờ. Kỳ thực, những sợi chỉ ngang dọc thêu dệt toàn bộ Cựu Ước phải làm sao để từ ngữ và bản văn của Kinh Thánh đều là những phương tiện tương xứng để truyền tải ý định và mong muốn của Đức Chúa Trời. Đó là vì sao tiên tri Nê-hê-mi có thể nói với chúng ta rằng thầy tế lễ Ê-xơ-ra và các thầy tế lễ khác "đọc rõ ràng trong sách luật pháp của Đức Chúa Trời, rồi giải nghĩa nó ra, làm cho người ta hiểu lời họ đọc" (Nê-hê-mi 8:8): không chỉ *sự giải nghĩa* của họ, mà còn cả *ý nghĩa* của Lời Đức Chúa Trời nữa.

Cách tiếp cận Kinh Thánh như thế cũng được Chúa Jêsus và các sứ đồ sử dụng. Chúa Jêsus đã dùng các bản văn Cựu Ước đến hàng tá lần vì Ngài biết chỉ có vậy mới giải quyết được vấn đề. Những ngụ ý mà Chúa Jêsus tin rằng Cựu Ước không chỉ có uy quyền, nhưng còn có ý nghĩa cố định mà dân sự cần phải thấy. Chúa Jêsus thường dùng Kinh Thánh để chứng minh cho sự dạy dỗ của Ngài (xem Ma-thi-ơ 21:42-44; Mác 10:4-9; Giăng 10:34-35). Những lần khác, Chúa đã quở trách lối sống của người Giu-đa vì họ không làm theo Lời Đức Chúa Trời (Ma-thi-ơ 21:13; Mác 7:6-13). "Hãy đi, và học cho biết câu này nghĩa là gì: Ta muốn sự thương xót, nhưng chẳng muốn của lễ. Vì ta đến đây không phải để kêu kẻ công bình, song kêu kẻ có tội" (Ma-thi-ơ 9:13) cho thấy, họ nên hiểu rõ câu Kinh Thánh trích từ sách Ô-sê được áp dụng cho "hành động" ăn uống với phường thâu thuế và tội nhân của Ngài. Chúa Jêsus đã hỏi đến sáu lần rằng: "Các ngươi chưa đọc . .

." cho thấy, nếu những kẻ chống đối Ngài biết rõ Kinh Thánh thì họ sẽ không mắc phải sai lầm mà họ đang làm. Chúa Jêsus đã tiếp cận sự mặc khải của Đức Chúa Trời được viết bằng chữ giống như những lời ấy rất dễ hiểu vậy. Các sứ đồ cũng làm điều tương tự, trích dẫn Kinh Thánh, lập luận từ Kinh Thánh, nói bóng gió về Kinh Thánh, và tìm thấy sự ứng nghiệm trong Kinh Thánh, tất cả những điều đó là để cho thấy các bản văn này có một ý nghĩa chính xác và các sứ đồ hiểu rất rõ.

Phải có sự rõ ràng

Tính rõ ràng của Kinh Thánh là một trong những giáo lý mà chúng ta không bỏ lỡ được đâu cho đến khi nó biến mất. Nó vẫn bị đánh giá thấp bởi Cơ Đốc nhân có thiện ý thường cho rằng một người sùng đạo là phải thắc mắc về tính dễ hiểu của sự mặc khải bằng lời nói. Những thách thức về tính rõ ràng của Kinh Thánh ban đầu là rất nhỏ. Chúng đều có vẻ khiêm tốn và thực tiễn. Nhưng đến cuối cùng, nếu chúng ta đánh mất đặc điểm này của Kinh Thánh – đã được dạy rất rõ ràng qua từng trang Kinh Thánh – thì chúng ta sẽ mất đi vài lẽ thật quý báu nhất mà Hội thánh phải có nếu muốn tăng trưởng và kết quả. Có rất nhiều mối đe dọa xảy ra với giáo lý này.

Đầu tiên, món quà ngôn ngữ của loài người đang bị đe dọa. Nghe có vẻ khiêm tốn khi nói rằng: "Chúng ta không thể gói gọn Đức Chúa Trời ở trong cái hộp được. Chúng ta không thể định nghĩa bằng ngôn ngữ của loài người. Nếu chúng ta có thể định nghĩa về Ngài bằng từ ngữ của mình, thì Ngài không còn là Đức Chúa Trời nữa rồi. Kinh Thánh chỉ đưa ra cho chúng ta một bản ký thuật của loài người đã được thần cảm để mô tả những điều mầu nhiệm vượt xa lời lẽ và ngôn ngữ tầm thường của con người". Nghe hay đấy, thậm chí là rất đàng hoàng. Nhưng có vài giả định ẩn dấu trong một câu nói như thế:

- Nếu Đức Chúa Trời không được mô tả bằng từ ngữ một cách tường tận, thì Ngài không được mô tả đúng sự thật.

- Kinh Thánh không phải là Đức Chúa Trời bày tỏ chính Ngài với chúng ta, nhưng là nỗ lực ký thuật lại của loài người để hiểu Đức Chúa Trời.

- Ngôn ngữ của loài người là bất toàn, không chính xác, và yếu ớt đến nỗi được ví như là một công cụ vô dụng để truyền đạt sự thiêng liêng.

Mỗi giả định này đều là sai lầm. Chỉ vì không thể hiểu Đức Chúa Trời một cách thấu đáo, thì không có nghĩa là không còn cách nào để biết Ngài. Các nhà thần học đã từ lâu phân biệt giữa kiến thức cổ mẫu (là những gì Đức Chúa Trời biết về chính Ngài) và kiến thức sao bản (là những gì chúng ta biết khi Chúa mặc khải về Ngài). Chúa Jêsus và các sứ đồ chưa bao giờ coi Cựu Ước chỉ là những suy gẫm của loài người về Đức Chúa Trời. Mà họ tin đó là tiếng phán của Đức Thánh Linh (Công-vụ 4:25; Hê-bơ-rơ 3:7) và là sự hà hơi của Đức Chúa Trời (2 Ti-mô-thê 3:16).

Nói thêm về ngôn ngữ loài người, tuy không hoàn hảo và còn mơ hồ ở nhiều chỗ, nhưng đó vẫn được coi là món quà thiên thượng. Đức Chúa Trời là Đấng đầu tiên cất tiếng phán trong vũ trụ. Nói chính xác hơn thì tiếng phán của Ngài tạo nên vũ trụ (Hê-bơ-rơ 11:3). Sau đó, Ngài đến cùng A-đam bằng tiếng phán, mong rằng loài người mang ảnh tượng của Đức Chúa Trời sẽ hiểu những gì Ngài phán và làm theo mạng lịnh của Ngài. Còn ai là kẻ đầu tiên thách thức về tính rõ ràng của sự mặc khải bằng lời? Đó là con rắn, nó thách thức những gì Đức Chúa Trời đã phán cùng A-đam và Ê-va (Sáng thế ký 3:1).

Đức Chúa Trời là Đấng cất tiếng phát trước khi cả loài người cất tiếng nói. Sự trôi chảy của ngôn ngữ là một phần của món quà mà Đức Chúa Trời đã ban cho chúng ta. Điều này cho thấy chúng ta không thể biết Đức Chúa Trời một cách tuyệt đối hay hiểu hết về Ngài bằng lời lẽ được. Đúng hơn, chúng ta nên thừa nhận rằng ngôn ngữ có thể bị dùng để lừa gạt và thường rơi vào chỗ mơ hồ. Nhưng nếu chúng ta được tạo nên theo ảnh tượng của Đức Chúa Trời, thì vì lẽ đó mà chúng ta là những kẻ thích hợp để truyền đạt về Đức Chúa Trời là Đấng đã khởi tạo cõi vũ trụ bằng tiếng phán của Ngài. Ngôn ngữ của loài người là công cụ được Đức Chúa Trời tạo nên, ngay từ ban đầu, để bày tỏ đường lối của Ngài và giúp người khác biết Ngài.

Thứ hai, món quà tự do của loài người đang bị đe dọa. Giáo lý của Tin lành về tính rõ ràng là một trong những nền tảng cho sự tự do tôn giáo ở Tây phương. Bên trong lời khẳng định về tính rõ ràng của Kinh Thánh hàm chứa một sự công nhận đó là, mỗi người đều có trách nhiệm và khả năng giải nghĩa Kinh Thánh cho bản thân: Không phải cô lập mình khỏi cộng đồng, hay là không để ý tới lịch sử, truyền thống và sự uyên bác. Nhưng cuối cùng thì giáo lý về tính rõ ràng có nghĩa là tôi không bị ép buộc phải làm trái lương tâm của mình. Chỉ có Đức Chúa Jêsus Christ, là Đấng phán qua Kinh Thánh, là Chủ của lương tâm.

Tất nhiên, những giáo lý cao trọng của Tin lành đã mở ra cánh cửa cho đủ loại nan đề – bè phái, giải nghĩa kỳ cục, chủ nghĩa cá nhân quá khích, và những vấn đề tương tự. Nhưng mặc kệ những nguy hiểm này, sự tự do mà tính rõ ràng đang bênh vực thật xứng đáng để trả giá. Herman Bavinck giải thích rằng:

> Tuy nhiên, sau khi cân nhắc kỹ thì sự bất lợi không ảnh hưởng gì mấy tới sự ích lợi. Vì từ chối tính rõ ràng của Kinh Thánh sẽ đi kèm với sự đầu phục của tín hữu đối với mục sư, hay là sự hết lòng của người đó dành cho Hội thánh. Sự tự do tôn giáo và lương tâm của con người, đối với Hội thánh và thần học,

sẽ được giữ vững và sụp đổ cùng với tính rõ ràng của Kinh Thánh. Chỉ có giáo lý này mới duy trì sự tự do của người Cơ Đốc; đó là căn nguyên và sự đảm bảo cho tính tự do tôn giáo cũng như sự tự do về chính trị của chúng ta. Ngay cả sự tự do cũng không tồn tại mà không có những nguy hiểm về sự phóng túng và sự kỳ quặc, mà những điều này lại được ưa chuộng hơn là một chế độ đàn áp sự tự do.[4]

Giáo lý về tính rõ ràng của Kinh Thánh có thể bị lạm dụng. Nhưng cho dù có hàng đống những giải nghĩa tồi và đôi khi có cả sự tự do quá đáng của đạo Tin lành đi nữa, thì việc đọc Kinh Thánh cho bản thân mình tùy vào lương tâm (không hoàn hảo) mà Chúa đã ban vẫn rất xứng đáng. Những thắc mắc và cách diễn đạt về sự tự do tôn giáo không thể xảy ra mà không có lòng tin quyết vào tính rõ ràng của Kinh Thánh.

Thứ ba, những mô tả về Đức Chúa Trời đang bị đe dọa. Tác phẩm *Đức Chúa Trời bị nghẹn*[5] thật tuyệt vời của D. A. Carson có một tựa đề rất phù hợp. Cốt lõi của chủ nghĩa hoài nghi hậu hiện đại về sự nhận biết Đức Chúa Trời là một khái niệm thứ cấp khi mô tả về Đức Chúa Trời. Câu hỏi đặt ra không phải là chúng ta có đủ ngạo mạn để nghĩ rằng mình đã nhìn vào sâu thẳm của cõi đời đời và hiểu được Đức Chúa Trời một cách thông suốt chưa. Mà câu hỏi nên là Đức Chúa Trời có phải là Đấng muốn phán cùng tạo vật của Ngài và có thể làm được điều Ngài đã phán chăng. Đức Chúa Trời có thể phán không? Hay Chúa bị nghẹn?

Có lẽ chúng ta đã từng nghe kể về câu chuyện thầy bói xem voi. Có năm người mù chạm vào con voi, họ cố gắng tìm ra nó là cái gì. Một ông sờ vòi voi nghĩ là một con đỉa. Ông khác sờ tai voi nghĩ là một cái quạt thóc. Ông kia sờ đuôi voi nghĩ là cái chổi xể cùn. Cứ thế, mỗi ông sờ vào một bộ phận

---

[4] Herman Bavinck, *Giáo lý Cải chánh, Tập 1: Lời giới thiệu*, biên soạn bởi John Bolt, dịch bởi John Vriend (Grand Rapids, MI: Baker Academic, 2003), trang 479.
[5] D. A. Carson, *Đức Chúa Trời bị nghẹn: Cơ Đốc giáo chạm trán chủ nghĩa đa nguyên* (Grand Rapids, MI: Zondervan, 1996).

của con voi mà chẳng ai biết mình đang chạm vào cái gì. Mục đích của câu chuyện là gì? Hết thảy chúng ta đều là những kẻ bị mù khi đề cập về Đức Chúa Trời. Chúng ta biết một phần nào đó về Ngài, nhưng chúng ta không thực sự biết Ngài là ai. Chẳng có người nào biết rõ hơn người nào cả. Chúng ta chỉ đang quờ quạng trong bóng tối, nghĩ rằng chúng ta đã biết quá nhiều.

Nhưng tất nhiên là có hai vấn đề lớn trong câu chuyện trên. Đầu tiên là toàn bộ câu chuyện được kể từ điểm thuận lợi của một người vốn biết rõ con voi là một con voi. Để câu chuyện nói được mục đích, người kể chuyện phải có sự hiểu biết chính xác và rõ ràng về con voi. Vấn đề thứ hai còn nghiêm trọng hơn. Câu chuyện là bản mô tả quá tốt về sự bất tài của loài người trong việc suy đoán. Chúng ta đều bị mù và không thể biết Đức Chúa Trời bằng phương cách của mình được. Nhưng câu chuyện không hề tính đến câu hỏi rối rắm đó là: Con voi biết nói thì sao? Nếu con voi nói với mấy người mù là: "Con đỉa là vòi ta. Cái quạt thóc là tai ta. Không phải cái chổi xể cùn đâu, mà là đuôi ta đấy". Nếu con voi nói hết ra, thì năm người mù có được cho là khiêm tốn vì đã bỏ qua lời của con voi chăng?

Chúng ta không nên tách rời nhận thức luận (lý thuyết của tôi về những gì tôi biết và tôi biết như thế nào) khỏi phần còn lại của thần học. Những kiểu tranh luận phô trương về tính dễ hiểu và giải Kinh như thế này đều liên quan đến đặc tánh của Đức Chúa Trời. Ngài có phải là Đấng đủ khôn ngoan để bày tỏ với chúng ta về chính Ngài không? Ngài có phải là Đấng đủ tốt để chúng ta đến gần Ngài không? Ngài có phải là Đấng giàu ân điển để phán thật dễ hiểu với kẻ nhu mì và khiêm nhường không? Hay Đức Chúa Trời ban mạng lịnh mà chúng ta không hiểu nổi và bày tỏ chính Ngài để cho chúng ta có thêm câu hỏi hơn là câu trả lời?

Cuối cùng, đối tượng quan tâm của Đức Chúa Trời đang

bị đe dọa. Giáo lý về tính rõ ràng của Kinh Thánh kiên quyết rằng ngay cả người môn đồ khờ dại nhất cũng hiểu được Lời Đức Chúa Trời và được cứu rỗi. Không có giáo lý này, chúng ta phải tự hỏi là: Kinh Thánh chỉ dành cho mục sư và linh mục thôi sao? Tín hữu bình thường có đủ tin cậy để sử dụng Kinh Thánh không? Tôi phải là một học giả thì mới hiểu được Lời Đức Chúa Trời chăng? Tôi có cần phải hiểu tiếng Hy-Lạp và Hy-bá-lai, có kiến thức về Đền thờ thứ hai của Do Thái giáo, tập tục của người Hy-Lạp La-Mã, tôn giáo Cận Đông, hay phải biết cách đánh giá bản văn, đánh giá nguồn gốc và đánh giá hình thái không? Đức Chúa Trời có phải chỉ là Đấng thấu suốt mọi thứ thôi sao? R. C. Sproul hỏi rằng: "Đức Chúa Trời là Đấng như thế nào mà lại bày tỏ tình yêu thương và làm nên sự cứu chuộc đòi hỏi quá nhiều chuyên môn và các khái niệm uyên thâm đến nỗi chỉ có tầng lớp học giả chuyên biệt mới có thể hiểu được?"[6]

William Tyndale (1494 – 1536) thường bị vu khống và gặp nguy hiểm vì nỗ lực dịch Kinh Thánh sang tiếng phổ thông cho người dân. Một lần nọ, khi tranh luận với "một người có học thức", ông đáp rằng: "Nếu Đức Chúa Trời cho phép tôi sống thêm nhiều năm nữa, thì tôi sẽ khiến một cậu con trai đang cày ruộng biết Kinh Thánh nhiều hơn mấy người".[7] Đó là sự tin quyết vào giáo lý về tính rõ ràng của Kinh Thánh. Tyndale đã trả giá bằng mạng sống của mình. Ông chết vì bị nghẹt thở, còn xác của ông bị thiêu tại quảng trường của thành phố. Vừa lúc ấy, ông đã kêu lớn mấy lời này: "Chúa ơi, xin hãy mở mắt Vua của nước Anh".[8] Lạy Chúa, phải lắm, xin hãy mở mắt chúng con để thấy được quyền năng và đặc quyền của chúng ta khi đọc Kinh Thánh trong ngôn ngữ của mình. Xin hãy mở mắt chúng con để thấy những điều lạ lùng trong luật

---

[6] Trích từ quyển *Lời rõ ràng cho ngày nay: Tính rõ ràng của Kinh Thánh* bởi Mark D. Thompson (Downers Grove, IL: InterVasity Press, 2006), trang 79.
[7] David Daniell, William Tyndale: Tiểu sử (New Haven, CT: Nhà in trường Đại học Yale, 1994), trang 79.
[8] Ibid., 383.

pháp của Ngài. Xin hãy mở mắt chúng con để thấy lẽ thật mà Ngài đã bày ra trước mắt chúng con. Đức Chúa Trời đã làm rõ Lời của Ngài – cho hết thảy chúng ta – nếu chúng ta có mắt mà xem.

5

Lời Chúa là phán quyết

Phao-lô và Si-la đi ngang qua thành Am-phi-bô-lít và thành A-bô-lô-ni, rồi tới thành Tê-sa-lô-ni-ca; ở đó người Giu-đa có một nhà hội. Phao-lô tới nhà hội theo thói quen mình, và trong ba ngày Sa-bát biện luận với họ, lấy Kinh thánh cắt nghĩa và giải tỏ tường về Đấng Christ phải chịu thương khó, rồi từ kẻ chết sống lại. Người nói rằng Đấng Christ này, tức là Đức Chúa Jêsus mà ta rao truyền cho các ngươi. Trong bọn họ có một vài người được khuyên dỗ nối theo Phao-lô và Si-la, lại cũng có rất nhiều người Gờ-réc vẫn kính sợ Đức Chúa Trời, và mấy người đàn bà sang trọng trong thành nữa. Nhưng người Giu-đa đầy lòng ghen ghét, rủ mấy đứa hoang đàng nơi đường phố, xui giục đoàn dân gây loạn trong thành. Chúng nó xông vào nhà của Gia-sôn, tìm bắt Phao-lô và Si-la đặng điệu đến cho dân chúng. Tìm không được, bèn kéo Gia-sôn và mấy người anh em đến trước mặt các quan án trong thành mà la lên rằng: Kìa những tên này đã gây thiên hạ nên loạn lạc, nay có đây, và Gia-sôn đã chứa chúng! Chúng nó hết thảy đều là đồ nghịch mạng Sê-sa, vì nói rằng có một vua khác, là Jêsus. Bấy nhiêu lời đó làm rối động đoàn dân và các quan án. Song khi các quan án đòi Gia-sôn và các người khác bảo lãnh rồi, thì tha cho ra. Tức thì, trong ban đêm, anh em khiến Phao-lô và Si-la đi đến thành Bê-rê. Đến nơi rồi, thì vào nhà hội người Giu-đa. Những người này có ý hẳn hoi hơn người Tê-sa-lô-ni-ca, đều sẵn lòng chịu lấy đạo, ngày nào cũng tra xem Kinh thánh, để xét lời giảng có thật chăng. Trong bọn họ có nhiều người tin theo, với mấy người đàn bà Gờ-réc sang trọng, và đàn ông cũng khá đông. Nhưng khi người Giu-đa ở thành Tê-sa-lô-ni-ca

*hay Phao-lô cũng truyền đạo Đức Chúa Trời tại thành Bê-rê,
bèn đến đó để rải sự xao xuyến rối loạn trong dân chúng. Tức
thì, anh em khiến Phao-lô đi phía biển, còn Si-la với Ti-mô-thê
ở lại thành Bê-rê. Những người dẫn Phao-lô đưa người đến
thành A-thên; rồi trở về, đem lịnh cho Si-la và Ti-mô-thê phải
đến cùng người cho gấp.*

(Công-vụ 17:1-15)

Hai tình tiết – một là ở Tê-sa-lô-ni-ca và hai là ở Bê-rê
–có nhiều điểm chung. Ở hai thành phố này, sứ đồ
Phao-lô đã bắt đầu công tác truyền giáo trong nhà hội
(câu 1, 10). Cả hai hoàn cảnh đều cho chúng ta thấy Lời Chúa
được rao truyền, được tra cứu, cách sử dụng lý luận và thuyết
phục (câu 2, 3, 4, 11, 13). Cả hai sự việc đều có đáp ứng chung
giống nhau: tranh luận đã xảy ra vì có vài người tiếp nhận Lời
Chúa (câu 4, 12) trong khi một số khác lại ghét Lời ấy (câu 5,
13). Công tác truyền giáo đầy mạo hiểm ở Tê-sa-lô-ni-ca và
Bê-rê giống nhau trong nhiều cách như kinh nghiệm rao giảng
Phúc âm của sứ đồ Phao-lô ở những thành phố Hy-Lạp La-Mã
khác.

Nhưng cũng khác rất nhiều. Những so sánh ở trên bị sai lạc
trong một phương diện. Trong khi sự rao truyền Phúc âm gây
tranh cãi ở cả hai thành phố, thì những người Giu-đa từ Tê-sa-
lô-ni-ca đến để khích động quần chúng ở Bê-rê. Cho dù các
sự kiện giống nhau về mặt cơ bản, nhưng chúng ta thấy rõ
ràng có một sự tương phản giữa cách tiếp cận Lời Đức Chúa
Trời của những người ở thành Tê-sa-lô-ni-ca và những người
ở thành Bê-rê.

Người Tê-sa-lô-ni-ca diễn kịch

Người Tê-sa-lô-ni-ca có thái độ tiêu cực đối với chân lý của
Phúc âm, họ gần như bị điên. Lúc đầu, nhận định của họ bị che
phủ bởi thành kiến cá nhân. Người Do Thái không thích nhiều
người ủng hộ sứ đồ Phao-lô (Công-vụ 17:5). Kỳ thực, hầu hết
những người được cải đạo ở Tê-sa-lô-ni-ca đều là những kẻ

thờ hình tượng trước đây, không phải theo Do Thái giáo (1 Tê-sa-lô-ni-ca 1:9). Còn đồng bào của sứ đồ Phao-lô lại chẳng màng đến sứ điệp của ông bởi vì họ cho rằng ông hơi lố. Đáng tiếc thay, những kiểu thành kiến như thế kia rất thường hay xảy ra. Người ta phớt lờ Lời Đức Chúa Trời chỉ vì tiếng nhạc trong nhà thờ quá lớn hay quá cổ hủ, hoặc là Hội thánh quá nhỏ hay quá lớn, hoặc là vì mục sư ăn bận thật khôi hài, hoặc là vì họ gặp phải Cơ Đốc nhân xấu tính, hoặc là vì họ không muốn giống cha mẹ của mình.

Đôi khi, chúng ta tìm thấy lý do để từ chối Lời Đức Chúa Trời bởi vì chúng ta không thích làm theo. Aldous Huxley, một tác giả nổi tiếng, của quyển sách *Thế giới mới thật dũng cảm*, đã tìm tòi về chủ nghĩa thần bí của phương đông và LSD từng nói rằng:

> Đối với tôi, cũng như hầu hết những người cùng thời với mình, đều thấy rằng, triết lý về sự vô nghĩa cơ bản chỉ là một công cụ giải phóng. Sự tự do mà chúng tôi vốn khao khát đồng thời cũng là sự giải phóng khỏi một hệ thống kinh tế và chính trị nhất định, và sự giải phóng khỏi một hệ thống đạo đức nhất định. Chúng tôi phản đối tính đạo đức vì nó cản trở quyền tự do quan hệ tình dục; chúng tôi phản đối hệ thống kinh tế và chính trị bởi vì có sự thiếu công bằng.[1]

Chẳng còn gì phải nghi ngờ về một số người chối bỏ Phúc âm và Kinh Thánh bởi vì họ quan tâm đến trí tuệ, nhưng tôi tin rằng sự kiêu ngạo và định kiến cá nhân mới là nguyên nhân. Chúng ta không thích người ta dạy Kinh Thánh và cũng không thích những gì Kinh Thánh dạy. Vì thế, chúng ta để cho tấm lòng chết nghịch lại với Lời Chúa, giống như người Tê-sa-lô-ni-ca đã làm.

---

[1] Aldous Husley, trong quyển *Aldous Husley: Các bài tiểu luận hoàn chỉnh, Tập 4* của Robert S. Baker và James Sexton biên soạn (Lanham, MD: Ivan R. Dee, 2001), trang 369.

Người Tê-sa-lô-ni-ca cũng bị mù trước những mâu thuẫn của họ. Chúng ta đã từng nghe ai đề nghị như thế này bao giờ chưa: "Tôi không thể tin vào một tôn giáo được xây dựng trên việc đề xuất chân lý", hay nói một cách tình cảm hơn là: "Tôi không chịu nổi những kẻ cố chấp"? Một mâu thuẫn tương tự cũng xảy ra với người Tê-sa-lô-ni-ca. Họ phàn nàn về những tín hữu đã làm khuấy động chiếc thuyền và "đã gây thiên hạ nên loạn lạc" (Công-vụ 17:6). Vậy họ đã làm gì? Họ rủ mấy bọn côn đồ ngoài đường phố, gây rối loạn trong thành, rồi kéo một người tên là Gia-sôn ra khỏi nhà của người (câu 5-6). Họ không thấy được sự mâu thuẫn trong lời buộc tội của họ dành cho sứ đồ Phao-lô và Si-la. Họ bị mù trước tội lỗi và sự thiên vị. Giống như một sinh viên từ chối "hòa nhập vào đám đông", thế là cô ta ăn diện, nói chuyện, mua sắm, suy nghĩ và làm tóc giống như hàng ngàn "kẻ nổi loạn" ngoài kia. Hoặc là một người hay chỉ trích thường có khuynh hướng quở mắng, hay là một lãnh đạo thường nói là: "chất vấn lãnh đạo" dựa vào thẩm quyền của mình, hay là một người thường có hành vi vô đạo đức đối với mọi người chỉ vì người ấy mệt mỏi với mấy trò đạo đức của họ. Có số người từ chối tiếp nhận Lời Chúa bởi vì họ thường thấy ở người khác những điều họ không hề thấy về bản thân.

Khi con người đã có định kiến và bị mù với chính những mâu thuẫn bên trong mình, thì họ thường tấn công người khác thay vì tìm chiến thắng bằng sự tranh luận. Người Tê-sa-lô-ni-ca thường lạm dụng lời lẽ (câu 6) bẻ cong lẽ thật (câu 7) và hành hung (câu 5). Đây là một đám côn đồ rất hung hăng, đi bộ suốt bốn mươi lăm dặm đến thành Bê-rê để gây rối loạn trong thành nhằm chống lại các môn đồ. Họ không hứng thú với mấy lời tuyên bố của Cơ Đốc nhân. Họ thích hủy hoại một giáo phái mà họ đã quyết là nguy hiểm và đáng bị khinh bỉ. Một số người chống đối Lời Đức Chúa Trời cũng đến vì họ thực sự có những lời phản đối, nhưng còn mấy kẻ khác không hề dừng lại để tra cứu Kinh Thánh đặng tìm sự hiểu biết cho mình. Họ đã quyết rằng Kinh Thánh chống lại khoa học, xem thường phụ nữ và không ủng hộ đồng tính mà không tự tìm thấy những phạm trù hay tra cứu Kinh Thánh bằng lý lẽ và sự cởi mở.

Người Bê-rê tốt hơn

Người Giu-đa ở Bê-rê, thì ngược lại, tỏ ra cao thượng hơn những người giống họ ở Tê-sa-lô-ni-ca. Họ sốt sắng nghe giảng và bền lòng nghiên cứu Kinh Thánh (câu 11). Mỗi ngày, họ tra xét Lời Chúa để xem lời giảng của sứ đồ Phao-lô có cơ sở Kinh Thánh chăng. Họ tìm kiếm, đánh giá những gì đã nghe, chăm chỉ phân biện đâu là lẽ thật.

Khi tôi chia sẻ tại các hội nghị và Hội thánh khác nhau. Tôi thường ngạc nhiên về một vài người không chịu nhìn vào Kinh Thánh của họ khi tôi giảng. Sự lười biếng, sự mau quên, hay là gì đi nữa thì đó chẳng phải là thói quen tốt đâu. Tôi không có quyền gì cả. Tôi không muốn mọi người chỉ lấy nghe làm đủ. Dân sự của Đức Chúa Trời phải biết tra xét mọi sự dựa trên Lời Chúa. Họ khẳng định rằng những gì đã nghe là đúng với Kinh Thánh, "vì thế, nhiều người trong số họ tin Chúa" (câu 12). Người Bê-rê tỏ ra cao thượng hơn người Tê-sa-lô-ni-ca bởi vì họ hoàn toàn đầu phục Kinh Thánh. Họ sẽ đón nhận điều mới, nếu điều ấy có cơ sở Kinh Thánh. Họ sẽ coi điều đó là mâu thuẫn, nếu có cơ sở Kinh Thánh. Họ đã sẵn sàng tin theo Đấng Christ suốt phần đời còn lại, miễn là họ còn, ở trong tiến trình, theo Kinh Thánh.

Phân đoạn này cho thấy ý nghĩa thực sự của việc khẳng định thẩm quyền của Kinh Thánh một cách rất hoàn hảo. Khi Kinh Thánh nói người Bê-rê "ngày nào cũng tra xem Kinh thánh, để xét lời giảng có thật chăng" (câu 11), thì Kinh Thánh muốn nói là nếu Lời Chúa nói thể nào, thì họ tin thể ấy. Còn nếu họ không thấy lời giảng của sứ đồ Phao-lô không có cơ sở và không đúng với Kinh Thánh, thì họ sẽ từ chối lời giảng của sứ đồ Phao-lô. Đối với họ, Lời của Đức Chúa Trời có thẩm quyền tối hậu. Kinh Thánh là phán quyết sau cùng. Kinh Thánh là phán quyết cuối cùng, chẳng có lời nào thiết thực hơn Kinh Thánh và cũng chẳng có lời nào đáng tin cậy hơn Kinh Thánh.

Câu hỏi về thẩm quyền

Nếu chúng ta đã từng thắc mắc vì sao nhiều người khác nhau tự xưng là Cơ Đốc nhân lại có những kết luận thần học quá khác nhau, ít ra thì một phần nào đó trong câu trả lời – thật ra đó là phần lớn nhất – có liên quan đến câu hỏi về thẩm quyền. Ba nhánh chính trong Cơ Đốc giáo ở Tây phương – Công giáo La-Mã chính thống, Tin lành tự do và Tin lành – không nhất trí với nhau về cách phân biện những tuyên bố ganh đua về lẽ thật. Chúng ta không trả lời câu hỏi "Thẩm quyền tối hậu của chúng ta là gì?" giống nhau. Mỗi Cơ Đốc nhân hiểu rằng, về mặt nào đó thì thần học và lối sống đạo đức của chúng ta phải "xứng hiệp với Kinh Thánh". Nhưng đến lúc tranh cãi về thần học, thì chúng ta sẽ tìm ai hay cái gì để đưa ra kết luận cho những tranh cãi ấy?

Hãy thử xem chúng ta có thể chỉ ra những khác biệt trong ba lời tuyên bố về Kinh Thánh và thẩm quyền sau đây, chúng là đại diện cho những nhánh khác nhau trong Cơ Đốc giáo đương đại của Tây phương.

Đầu tiên là từ Peter Kreeft, một nhà văn lớn đầy lôi cuốn của Công giáo La-Mã:

> Hội thánh cho chúng ta sự Chính thống giống như một người mẹ cho con mình mặc bộ đồ được chuyển nhượng từ các anh chị em của nó. Nhưng khác với mấy bộ đồ trên đời, bộ quần áo này không bị hư bởi vì không được làm từ len hay chỉ, mà từ chân lý. Đức Chúa Trời đã tạo ra bộ đồ đó, chứ

không phải con người. Sự Chính thống thiêng liêng (viết hoa chữ "C") phải khác với những truyền thống của loài người (viết thường chữ "t").[2]

Sự Chính thống thiêng liêng là một phần để "đặt đức tin", tức là cũng bao gồm cả Kinh Thánh. Nó gồm có dữ liệu về Hội thánh đã được Chúa ban cho.

Lời tuyên bố thứ hai là từ Gary Dorrien, chuyên gia hàng đầu về thần học tự do của người Mỹ và chính ông là một nhà Tin lành tự do:

> Ý tưởng cần thiết về thần học tự do đó là tất cả những tuyên bố về lẽ thật, trong thần học cũng như trong những lĩnh vực khác, phải được thực hiện dựa trên lý luận và kinh nghiệm, không phải từ thẩm quyền nào đó từ bên ngoài. Kinh Thánh của Cơ Đốc nhân có thể được xem là có thẩm quyền thuộc linh trong kinh nghiệm của Cơ Đốc nhân, nhưng lời lẽ trong đó không thể khẳng định là hoặc cố định là chân lý cho mọi vấn đề trong cuộc sống.[3]

Cuối cùng, lời tuyên bố thứ ba, từ Giáo lý Vấn đáp Westminster (GVW), là đại diện cho số đông Tin lành:

> Thẩm phán tối cao để giải quyết tất cả mâu thuẫn tôn giáo, cùng tất cả sắc lệnh của hội đồng, và tra xét quan điểm của các tác gia cổ đại, lẽ đạo của loài người và tâm tư của họ, và chính chúng ta cũng phụ thuộc vào lời tuyên án của Đấng ấy, không thể là ai khác ngoài Đức Thánh Linh phán trong Kinh Thánh. (GVW 1.10)

Những khác biệt trong các lời tuyên bố trên đây đều rất ấn tượng. Đối với Kreeft, tính chính thống của Hội thánh là thẩm

---

[2] Peter Krieeft, *Cơ Đốc Công giáo: Giáo lý Vấn đáp hoàn chỉnh về Niềm tin trong Hội thánh Công giáo dựa trên Giáo lý Vấn đáp của Hội thánh Công giáo* (San Francisco: Ignatius, 2001), trang 18.

[3] Gary Dorrien, *Sự hình thành nền Thần học Tự do của người Mỹ: thuyết duy tâm, thuyết duy thực, và tính Hiện đại, 1900 – 1950* (Louisville: Westminster John Knox, 2003), trang 1.

quyền cuối cùng, ngay bằng với Kinh Thánh. Đối với Dorrien, Kinh Thánh phải điều chỉnh cho đúng với lập luận và kinh nghiệm. Nhưng đối với Westminster, Lời của Đức Chúa Trời phải được biệt riêng, phải bao quát và có quyền trên Hội thánh và hết thảy quan điểm của loài người. Cho dù chúng ta không nhất trí với Công giáo La-Mã, Tự do và Tin lành, chúng ta cũng phải ít ra nhất trí với nhau về Kinh Thánh và thẩm quyền đang chi phối chúng ta.

Tất cả tôn giáo đều dựa vào thẩm quyền. Thật ra, mỗi lĩnh vực học thuật và mỗi khía cạnh xã hội của loài người đều dựa vào thẩm quyền. Cho dù chúng ta biết hay không biết, hết thảy chúng ta đều cho ai đó hay cái gì đó có quyền phán quyết – cha mẹ, văn hóa, cộng đồng, cảm xúc, chính quyền, báo chí, ý kiến số đông, cảm tưởng, hay là một quyển kinh thánh nào đó. Hết thảy chúng ta đều tìm đến ai đó hay cái gì đó có quyền quyết định điều gì là chân lý. Đối với Cơ Đốc nhân, thẩm quyền này là Kinh Thánh Cựu Ước và Tân Ước. Tất nhiên, chúng ta có thể hiểu lầm và áp dụng sai Lời Chúa. Nhưng khi giải nghĩa đúng – chú ý kỹ vào bối cảnh thời ấy, xem xét thể loại văn chương, suy xét tư tưởng của trước giả – thì Kinh Thánh không bao giờ khẳng định sai và không được coi những gì Kinh Thánh dạy là phán quyết kém quan trọng.

Hai sách, một phán quyết

Đức Chúa Trời bày tỏ chính Ngài cho chúng ta bằng hai cách: thông qua vũ trụ mà chúng ta có thể nhìn thấy và thông qua Kinh Thánh mà chúng ta có thể nghe và đọc. Sự mặc khải phổ quát là Đức Chúa Trời bày tỏ chính Ngài thông qua tạo vật. Sự mặc khải đặc biệt là Đức Chúa Trời bày tỏ chính Ngài thông qua lời nói và chữ viết của các sứ giả đã được thần cảm. Cả hai sự mặc khải này đều quan trọng và đều được Kinh Thánh dạy.

Từ xưa đến nay, vì sự mặc khải trong cả "Hai sách" đến từ

Đức Chúa Trời, cho nên cả hai đều dạy cùng một lẽ thật. "Tất cả chân lý là lẽ thật của Đức Chúa Trời" như người ta nói. Cuối cùng thì không có mâu thuẫn giữa những gì Đức Chúa Trời bày tỏ trong Kinh Thánh và những gì Chúa bày tỏ trong tự nhiên. Nếu tất cả dữ kiện đều dễ hiểu một cách hoàn hảo, thì chúng ta sẽ thấy Kinh Thánh và khoa học không có sự mâu thuẫn với nhau. Cơ Đốc nhân không phải sợ các nghiên cứu chặt chẽ của khoa học nữa.

Nhưng, nếu Kinh Thánh là phán quyết của chúng ta – giống người Bê-rê – thì chúng ta phải dè chừng không được từ bỏ Kinh Thánh khi có mâu thuẫn với "những kết quả chắc chắn của khoa học". Tôi thông cảm cho Cơ Đốc nhân nào đang đấu tranh để mang lại sự hài hòa giữa những gì họ đã nghe từ các nhà khoa học và những gì họ nhìn thấy trong Kinh Thánh về một vấn đề cụ thể nào đó. Chúng ta không nên vội bỏ đi những câu hỏi này. Đọc Kinh Thánh sai là điều có thể xảy ra. Hội thánh bỏ qua một dấu nào đó là điều có thể xảy ra trong khoảng thời gian dài. Nhưng mỗi Cơ Đốc nhân nên nhất trí rằng nếu Kinh Thánh dạy thế này và giới khoa học dạy thế khác, thì chúng ta không được từ bỏ Kinh Thánh. Hai sách không tách rời, nhưng chúng khác nhau.

Bài Tín điều Belgic đưa ra một định nghĩa tiêu chuẩn về sự mặc khải phổ quát và đặc biệt:

Chúng ta biết Ngài [Đức Chúa Trời] bằng hai cách:

Đầu tiên, qua tạo vật, sự bảo tồn và sự cai quản vũ trụ, vì vũ trụ ở trước mắt chúng ta là một quyển sách tuyệt trần, mà hết thảy tạo vật lớn nhỏ trong đó giống như các chữ cái, khiến chúng ta phải ngẫm nghĩ về những điều không thể thấy được của Đức Chúa Trời; quyền phép đời đời và thần tánh của Ngài, như sứ đồ Phao-lô nói trong Rô-ma 1:20. Hết thảy tạo vật cũng đủ thuyết phục loài người và khiến họ không thể chối cãi.

> Thứ hai, Chúa bày tỏ chính Ngài với chúng ta một cách cởi mở hơn qua Kinh Thánh, đó là những gì chúng ta cần trong đời này, vì sự vinh hiển của ngài và cũng vì sự cứu rỗi của Ngài. (Điều 2).[4]

Hãy lưu ý sự khác biệt giữa sự mặc khải phổ quát và sự mặc khải đặc biệt. Sự mặc khải phổ quát cho chúng ta một cảm nhận về quyền phép và thần tánh của Đức Chúa Trời hầu cho chúng ta không thể chối cãi. Sự mặc khải đặc biệt bày tỏ Đức Chúa Trời "cởi mở hơn" hầu cho chúng ta được cứu rỗi. Giáo lý về sự mặc khải phổ quát và đặc biệt không bao giờ dùng để khiến Kinh Thánh trở nên giống như các lĩnh vực học thuật khác. Các từng trời rao truyền sự vinh hiển của Đức Chúa Trời, nhưng luật pháp Chúa là hoàn hảo và chứng cớ Chúa là chắc chắn (Thi thiên 19:1,7). Chúa Jêsus có thể được ví như hoa huệ trong trũng (Ma-thi-ơ 6:28), nhưng "có lời chép rằng" có thể đắc thắng ma quỷ (4:1-11).

Tôi không muốn tranh luận cho chính sách ngu dân khi đối diện với những câu hỏi khó về đức tin và khoa học. Các mục sư nào chưa kinh qua môn khoa học từ lớp mười thường bất cẩn trước những vấn đề khó từ địa chết học, sinh học và di truyền học. Nhưng chắc chắn đây là dấu hiệu của một Cơ Đốc nhân tin vào mọi điều Kinh Thánh dạy mặc kệ ai nói những điều đó là vô lý đi nữa. Tạp chí học thuật cũng có những sai sót, chứ chưa nói tới sách giáo khoa trung học hoặc là những tin ngắn chừng mười lăm giây đồng hồ gì đó. Cơ Đốc nhân phải luôn sẵn sàng thay đổi tâm trí của mình khi thấy chính mình đã đọc sai Kinh Thánh, nhưng điều này vẫn chưa tới mức phải từ bỏ Kinh Thánh bởi vì trong vòng năm năm trở lại đây – hoặc năm mươi năm hoặc một trăm năm mươi năm – một số nhà khoa học đã cho biết chúng ta không thể tin vào sự tồn tại của A-đam trong lịch sử nữa, hoặc là Đức Chúa Trời đã

---

[4] *Tín điều Phổ quát và Tín điều Cải chánh* (Grand Rapids, MI: Tài liệu Cơ Đốc Faith Live, 1987).

dùng tiếng phán để tạo nên vũ trụ từ chỗ trống không. Sự mặc khải phổ quát cho chúng ta thấy có một Đức Chúa Trời và thuyết phục những ai không chịu thờ lạy Ngài. Nhưng sự mặc khải đặc biệt lại nói rõ hơn nữa, cởi mở hơn và có cơ sở hơn. Nếu Kinh Thánh là phán quyết sau cùng, thì chúng ta không nên thay đổi một chấm hay tựa đề của Kinh Thánh chỉ vì quyển sách của tự nhiên – đã có lần và theo như vài người từng nói – muốn chúng ta làm như vậy.

Tin thì mới hiểu được

Rất nhiều Cơ Đốc nhân thận trọng, là những người khẳng định tính không sai và tính phán quyết của Kinh Thánh, họ cũng là những người nghiên cứu Kinh Thánh đủ lâu và đủ chăm chỉ, đến nỗi bị vấp phải những vấn đề từ trong bản văn Kinh Thánh không tìm được lời giải đáp đơn giản hơn. Có những ngày tháng rất khó chấp nhận và những con số không tương thích. Có những sự trái ngược rất rõ ràng không dễ tìm được sự cân bằng và những câu hỏi không dễ gì trả lời. Có lẽ những điều này thật kỳ lạ ở trong một chương nói về thẩm quyền của Kinh Thánh, nhưng Cơ Đốc nhân không nên run sợ khi thừa nhận những gì mình thấy. Nếu sứ đồ Phi-e-rơ tìm thấy trong mọi lá thư của sứ đồ Phao-lô "có mấy khúc khó hiểu" (2 Phi-e-rơ 3:16), thì chúng ta cũng bị bối rối ở chỗ này và chỗ kia.

Nhưng mọi thứ mà chúng ta đã thấy nói tới giáo lý về Kinh Thánh, thì chúng ta không có lý do gì để sợ hãi trước những khó khăn và những chỗ trái ngược rõ ràng ở trong Kinh Thánh. Nhiều chỗ rất dễ giải thích. Hầu hết những chỗ còn lại có những giải pháp tốt, đáng khen. Đối với một số chỗ khó còn lại, cũng có những giải thích rất khả thi, thậm chí nếu chúng ta không chắc mình đã tìm được một giải pháp tốt đi nữa. Sự tin quyết của chúng ta về Kinh Thánh không phải là cuồng tín. Những tài liệu phê bình bản văn, lịch sử, khảo cổ cho chúng ta nhiều lý do để tin cậy Cựu Ước và Tân Ước.

Nhưng ngoài tất cả chứng cớ biện giáo ra – ai quan tâm thì sẽ tìm thấy nhiều sách hay về đề tài này – chúng ta còn có chứng cớ của chính Đức Chúa Trời nữa. Kinh Thánh là quyển sách của Đức Chúa Trời, một sự thật mà chúng ta luôn được nhắc nhở trong quyển sách này. Bởi đó, tin cậy hoàn toàn vào Kinh Thánh là tin cậy vào đặc tánh và sự đảm bảo của Đức Chúa Trời hơn là tin vào khả năng lập luận và giải thích của chúng ta.

Một lần nữa, J. I. Packer nói rất hay. Đoạn trích sau đây tuy dài nhưng rất đáng đọc:

> Đức Chúa Trời không trả lời hết các câu hỏi trong Kinh Thánh mà chúng ta, với khả năng tò mò vô hạn của mình, rất muốn thắc mắc về Kinh Thánh. Chúa chỉ phán với chúng ta đầy đủ những điều mà Ngài thấy chúng ta cần phải biết để làm cơ sở cho đời sống đức tin của mình. Chúa để lại những vấn đề không có hướng giải quyết mà chính Ngài phán cùng chúng ta, để dạy chúng ta biết hạ mình tin cậy vào sự chân thực của Ngài. Vì vậy, thắc mắc mà chúng ta cần phải hỏi bản thân khi đối diện với những chỗ khó hiểu không phải là, điều này có thật không? mà phải là Đức Chúa Trời đảm bảo điều này là thật có phải không? Có phải tôi cần đọc Lời Chúa và tin rằng Ngài đã phán sự thật, cho dù tôi không hiểu hết những gì Ngài đã phán có phải không? Câu hỏi đã có sẵn trong câu trả lời. Chúng ta không nên từ bỏ niềm tin vào những điều Đức Chúa Trời đã dạy chúng ta chỉ vì mình không thể giải quyết những vấn đề ở trước mắt. Khả năng hiểu biết của chúng ta không phải là thước đo chân lý. Chúng ta không nên từ bỏ niềm tin vì chúng ta không hiểu, nhưng hãy tin thì mới hiểu.[5]

---

[5] J. I. Packer, *"Trào lưu Chính thống" và Lời Đức Chúa Trời* (Grand Rapids, MI: Eerdmans, 1958), trang 109.

Người Bê-rê có từng thắc mắc về Kinh Thánh mà họ không thể trả lời chăng? Có thể lắm! Chúng ta không thể biết chắc về điều này. Nhưng chúng ta biết rằng họ được khen vì thái độ hiếm khi tin rằng Kinh Thánh là phán quyết cuối cùng. Họ đã thử cho biết mọi thứ có đúng với Kinh Thánh không, bởi vì họ không dám tiếp nhận những điều Kinh Thánh từ chối, hoặc là bỏ qua những điều Kinh Thánh đã chấp thuận. Họ đã tiếp cận Kinh Thánh của mình bằng sự kính sợ chỉ một mình Đức Chúa Trời. Điều này thật có lý, vì rốt cuộc thì chúng ta phải đầu phục dưới thẩm quyền của Lời Chúa, bởi chính Lời của Đức Chúa Trời cho biết rằng chúng ta có thể và chúng ta phải đầu phục.

6

Lời Chúa là cần thiết

Dầu vậy, chúng tôi giảng sự khôn ngoan cho những kẻ trọn vẹn, song chẳng phải sự khôn ngoan thuộc về đời này, cũng không phải của các người cai quản đời này, là kẻ sẽ bị hư mất. Chúng tôi giảng sự khôn ngoan của Đức Chúa Trời, là sự mầu nhiệm kín giấu, mà từ trước các đời, Đức Chúa Trời đã định sẵn cho sự vinh hiển chúng ta. Trong những người cai quản đời này chẳng ai từng biết sự đó; bởi chưng, nếu đã biết thì họ chẳng đóng đinh Chúa vinh hiển trên cây thập tự đâu. Song le, như có chép rằng:

Ấy là sự mắt chưa thấy, tai chưa nghe, và lòng người chưa nghĩ đến,

Nhưng Đức Chúa Trời đã sắm sẵn điều ấy cho những người yêu mến Ngài.

Đức Chúa Trời đã dùng Đức Thánh Linh để bày tỏ những sự đó cho chúng ta, vì Đức Thánh Linh dò xét mọi sự, cả đến sự sâu nhiệm của Đức Chúa Trời nữa. Vả, nếu không phải là thần linh trong lòng người, thì ai biết sự trong lòng người? Cũng một lẽ ấy, nếu không phải là Thánh Linh của Đức Chúa Trời, thì chẳng ai biết sự trong Đức Chúa Trời. Về phần chúng ta, chúng ta chẳng nhận lấy thần thế gian, nhưng đã nhận lấy Thánh Linh từ Đức Chúa Trời đến, hầu được hiểu biết những ơn mà chúng ta nhận lãnh bởi Đức Chúa Trời; chúng ta nói về ơn đó, không cậy lời nói mà sự khôn ngoan của loài người đã dạy đâu, song cậy sự khôn ngoan mà Đức Thánh Linh đã dạy, dùng tiếng thiêng liêng để giãi bày sự thiêng liêng.

1 Cô-rinh-tô 2:6-13

Hầu hết tận đáy lòng của chúng ta muốn những điều tương tự ở trong cuộc sống. Tất nhiên, tôi đang nói về những điều cơ bản, chứ không phải những thứ ngay trước mắt. Về mức độ tức thì, con người thường có nhiều khao khát lắm. Có người muốn đi du lịch. Có người muốn thưởng thức một bữa tối thịnh soạn. Có người thích ở nhà và một cái giường êm ái. Những người khác thích đi cắm trại. Có đến hàng triệu sở thích, mối bận tâm và thú vui. Nhưng nếu chúng ta nói đến tấm lòng, thì tôi nghĩ là con người khắp thế giới đều muốn cùng một thứ: Chúng ta muốn mục đích. Chúng ta muốn hạnh phúc. Chúng ta muốn biết mình vẫn khoẻ. Chúng ta muốn được dự phần vào một điều vĩ đại hơn chính mình. Chúng ta muốn được một người có tầm cỡ để ý đến chúng ta. Chúng ta muốn sống đời đời.

Nếu chúng ta đào sâu những khao khát ấy hơn nữa, chúng ta sẽ thấy hầu hết mọi người đang muốn nghe một lời khẳng định từ đâu đó để họ biết rằng có sự sống tốt lành. Họ muốn có luật pháp hay là một danh sách sẽ chỉ họ từng bước một để tiến tới sự sống này. Họ muốn thầy giáo của họ nói rằng: "Bạn đã tốt nghiệp", hoặc là cha mẹ họ nói rằng: "Cha/mẹ yêu con". Họ muốn nhận được cuộc gọi từ công ty mà họ muốn làm, hay là từ một người lý tưởng muốn hẹn hò với mình. Họ muốn nghe tin vui về quỹ hưu trí, hoặc là sức khoẻ, hoặc là con cái của họ. Nhiều người đang chăm chú lắng nghe từ tiếng nói thiêng liêng rất quen thuộc, đó là: tiếng của họ. Vài người rất muốn nghe từ Đức Chúa Trời.

Giáo lý về tính cần thiết của Kinh Thánh nhắc chúng ta nhớ tới sự khó khăn của mình, đó là: Chúng ta không thể tự mình tìm biết Đức Chúa Trời được. Giáo lý này còn đảm bảo với chúng ta một giải pháp, đó là: Cũng chính Đức Chúa Trời không thể tả nổi đó đã bày tỏ chính Ngài thông qua Lời Đức Chúa Trời. Tín điều Westminster (TĐW) giải thích rằng: "Mặc dù khám phá từ thiên nhiên, công việc của tạo vật và công tác của Đức Chúa Trời cũng cho thấy sự tốt lành, sự khôn ngoan và quyền năng của Đức Chúa Trời, khiến loài người không thể chối cãi được; nhưng bấy nhiêu vẫn chưa đủ để biết Đức Chúa Trời, và ý muốn của Ngài, là những điều cần thiết để được cứu rỗi". Bài Tín điều ấy nói tiếp rằng, vì thế mà Kinh Thánh là "cần thiết nhất" (TĐW 1.1). Kinh Thánh là mắt kính của chúng ta (cụm từ Calvin dùng), nhờ có những lăng kính ấy mà chúng ta nhìn thấy Đức Chúa Trời, thế giới và bản thân một cách đúng đắn. Chúng ta không thể biết Đức Chúa Trời, ý muốn của Ngài hoặc sự cứu rỗi thực sự nếu không bởi Kinh Thánh.

Chúng ta cần Kinh Thánh để sống thật tốt. Chúng ta cần Kinh Thánh để sống đời đời. "Lạy Chúa, chúng tôi đi theo ai? Chúa có những lời của sự sống đời đời" (Giăng 6:68). Không có sách nào như Kinh Thánh, là quyển sách chứa đựng sự khôn ngoan đặc trưng, nguồn gốc đặc trưng và nói về một tình yêu cũng rất đặc trưng.

Sự khôn ngoan đặc trưng

Sự khôn ngoan là một chủ đề chính trong các chương đầu tiên của 1 Cô-rinh-tô. Được viết ra trong lúc văn hóa Hy-Lạp ca ngợi các triết gia lỗi lạc và các nhà hùng biện đầy lôi cuốn giống như những siêu sao nhạc rốc vào thời bấy giờ, sứ đồ Phao-lô phải chịu khó nhọc để cho thấy sứ điệp Phúc âm khác với sự khôn ngoan ấy. Nếu chúng ta tìm kiếm sự khôn ngoan trong bài phát biểu sành điệu và khả năng hùng biện mạnh mẽ, thì sứ đồ Phao-lô nói rằng chúng ta sẽ không tìm được điều đó ở trong bài giảng về thập tự giá (1 Cô-rinh-tô 1:18-25). Chúng ta sẽ không tìm thấy điều đó ở trong mấy bài giảng của tôi (2:1-5). Chúng ta cũng không tìm được điều đó ở giữa vòng chúng ta đâu (1:26-31).

Phúc âm là sự khôn ngoan cho người trưởng thành (2:6), nhưng lại chẳng liên quan gì đến "sự khôn ngoan" mà thế gian này muốn nhìn thấy. Sự khôn ngoan của Đức Chúa Trời không thuộc về đời này (câu 6a). Sự khôn ngoan cũng không thuộc về vương quốc của thế gian, hoặc vẫn "chưa" phải là thời khắc này trong lịch sử cứu chuộc. Sự khôn ngoan của Đức Chúa Trời không thuộc về *những lãnh đạo của đời này* (câu 6b). Sự khôn ngoan cũng chẳng giống với những mưu đồ chính trị, hoặc là kế sách xảo quyệt của ma quỷ (xem 2 Cô-rinh-tô 4:4, 10:4-6). Sự khôn ngoan của Đức Chúa Trời là độc nhất. Sự ấy không ở ngay trước mắt cho tất cả, hoặc là được tất cả chấp thuận (1 Cô-rinh-tô 2:7).

Chúng ta có thể bị thất vọng khi mọi người không thấy những gì chúng ta thấy, khi những tranh luận lạc quan về Kinh Thánh không thành công. Nhưng chúng ta cũng đừng ngạc nhiên. Sự khôn ngoan của Đức Chúa Trời là mầu nhiệm và giấu kín. Điều này không có nghĩa là chúng ta phải vượt sông hoặc leo lên tận trời để tìm bằng được sự khôn ngoan của Đức Chúa Trời. Mà điều này có nghĩa là Đức Chúa Trời phải phán với chúng ta nếu chúng ta muốn là người khôn ngoan thật. Tất cả chân lý có thể là lẽ thật của Đức Chúa Trời, nhưng tất cả chân lý *cứu rỗi* là lẽ thật *được tỏ ra*.

Lời lẽ của thế gian không giống như Lời Đức Chúa Trời. Một cái thì mới đây và bây giờ. Còn cái kia có từ thượng cổ và đời đời. Một cái là phù du ("sẽ phải qua đi"; 1 Cô-rinh-tô 2:6) trong khi cái còn lại là cố định và vững chắc ("định sẵn từ trước các đời"; câu 7). Nếu chúng ta muốn có "sự khôn ngoan" với kiểu cách chóng qua, những bộ não ấn tượng và con người tài năng, thì chúng ta có thể tìm trong thế gian. Nhưng nếu chúng ta muốn – và nếu chúng ta cần – sự khôn ngoan trổi hơn chúng ta, ở ngoài chúng ta, không làm chúng ta thất vọng, thì chúng ta phải tìm kiếm các sự mà "Đức Chúa Trời đã dùng Đức Thánh Linh để bày tỏ . . . cho chúng ta" (câu 10).

Nguồn gốc đặc trưng

Vậy, chúng ta sẽ đi đâu để biết những điều Đức Chúa Trời đã bày tỏ? Chúng ta nhìn lên cây chăng? Thế còn nội quang thì sao? Những tiêu chuẩn từ cộng đồng thì thế nào? Có lẽ là từ lập luận và kinh nghiệm của loài người chăng? Bằng cớ rõ ràng của 1 Cô-rinh-tô là chỉ có Đức Chúa Trời mới có thể cho chúng ta biết Đức Chúa Trời. Chỉ có tâm linh của con người mới có thể cho biết tư tưởng, cảm nhận và ý định của người đó, thì không ai có thể biết được ý muốn của Đức Chúa Trời ngoại trừ Thánh Linh của Đức Chúa Trời (1 Cô-rinh-tô 2:11). Đấng duy nhất có đủ sự hiểu biết, đủ sự khôn ngoan, và đủ sự khéo léo để bày tỏ Đức Chúa Trời cho chúng ta là chính Đức Chúa Trời.

Điều này dấy lên một câu hỏi thú vị: không phải sứ đồ Phao-lô đang nói về công tác của Đức Thánh Linh ở trong lòng, chứ không phải nói về tính cần thiết của Kinh Thánh sao? Có lẽ chúng ta tự nghĩ rằng: "Tôi hoàn toàn đồng ý. Chúng ta cần Đức Chúa Trời bày tỏ với chúng ta về Đức Chúa Trời. Tôi không thể biết được lẽ thật trừ khi Đức Chúa Trời bày tỏ với tôi. Đức Chúa Trời phán với tôi bằng tiếng phán nhỏ nhẹ ở trong lòng. Khi tôi nhìn sâu vào lòng mình, đó là lúc tôi nghe Chúa phán. Chúng ta nhận lãnh Thánh Linh của Đức Chúa Trời, là Đấng phán với tâm linh của chúng ta, cho chúng ta biết chỉ những điều cần biết từ Đức Chúa Trời".

Nghe có vẻ hợp lý làm sao, nhưng có phải là quan điểm của sứ đồ Phao-lô không? Từ ngữ "chúng ta" ở trong 1 Cô-rinh-tô 2:12 ("chúng ta . . . đã nhận lấy Thánh Linh [từ] Đức Chúa Trời đến") không ám chỉ tất cả người Cô-rinh-tô hoặc là tất cả chúng ta, mà chỉ về sứ đồ Phao-lô và các bạn đồng hành của ông. Sự so sánh bắt đầu từ câu 1–5 với từ "tôi" của sứ đồ Phao-lô rồi sau đó đổi thành "chúng tôi" là những người đã rao giảng điều "mầu nhiệm và kín giấu của Đức Chúa Trời" cho người Cô-rinh-tô (câu 7). Sứ đồ Phao-lô rõ ràng đang nghĩ đến "anh em là người Cô-rinh-tô" và "chúng tôi đã rao truyền Phúc âm cho anh em" (xem 3:9). Vậy, đúng là mỗi người tin Chúa đều tiếp nhận Đức Thánh Linh và mỗi người chúng ta cần Thánh Linh của Đức Chúa Trời để soi dẫn Lời của Đức Chúa Trời, sứ đồ Phao-lô đang nói tới sự giao phó lẽ thật của chức sứ đồ mà ông đã nhận và truyền dạy người Cô-rinh-tô. Đây chính là những gì Chúa Jêsus đã hứa sẽ xảy ra (Giăng 16:12-15), đó cũng là cách các sứ đồ hiểu rõ sự dạy dỗ của họ: không giống như lời lẽ của loài người, mà giống như Lời của Đức Chúa Trời (1 Tê-sa-lô-ni-ca 2:13; cũng xem Khải huyền 1:1-2). Không có chỗ nào trong 1 Cô-rinh-tô 2 cho thấy phương cách thực sự để lắng nghe từ Đức Chúa Trời là soi mói cái tôi một cách khó hiểu. Ở tại thành Cô-rinh-tô – một hội chúng "có nhiều ân tứ" nhất của sứ đồ Phao-lô – chúng ta thấy có một tiêu chuẩn khách quan về lẽ thật thay thế cho kinh nghiệm hoặc cảm giác cá nhân (1 Cô-rinh-tô 14:37-38; 15:1-4).

Thật vậy, Hội thánh đầu tiên đã tồn tại mà không có phần Tân Ước hoàn chỉnh. Nhưng dầu vậy, đời sống và giáo lý của họ đều quy phục dưới Kinh Thánh mà họ đang có. Còn sự mặc khải mới đến từ các sứ đồ (Ê-phê-sô 2:20) và phù hợp với Phúc âm của sứ đồ (Ga-la-ti 1:8) được tra xét một cách cẩn thận bên cạnh Cựu Ước. Bavinck viết rằng: "Về tự nhiên, hễ các sứ đồ còn sống và còn đến thăm các Hội thánh, thì không hề có sự khác biệt nào được tạo ra giữa lời nói và thư từ của họ. Tính chính thống và Kinh Thánh vẫn là một. Nhưng khi giai đoạn đầu qua đi và khoảng cách thời gian từ thời các sứ đồ trở nên lớn hơn, mọi thư từ của họ càng trở nên quan trọng hơn, và tính cần thiết của thư từ trở nên mãnh liệt hơn. Kỳ thực, tính cần thiết của Kinh Thánh không giữ nguyên, mà ngày càng gia tăng".[1] Sứ đồ Phao-lô biết người Cô-rinh-tô cần

---

[1] Herman Bavinck, *Giáo lý Cải chánh, Tập 1: Lời giới thiệu*, biên soạn bởi John Bolt, dịch bởi John Vriend (Grand Rapids, MI: Baker Academic, 2003), trang 470.

sự khôn ngoan của Đức Chúa Trời chỉ đến từ Thánh Linh của Đức Chúa Trời, ông đã viết mấy lời này cho họ bằng sự hiểu biết mà chính ông đã nhận lãnh từ Đức Thánh Linh, nhờ đó ông có thể giảng cho họ biết lẽ thật của Phúc âm.

Người ta nói về "thuộc linh" giống như điều này được tạo ra nhờ khả năng tập trung hết sức vào công tác nội tâm của loài người. Nhưng thuộc linh thật không được tìm thấy ở trong chúng ta đâu. Mà phải là ở ngoài chúng ta, được tạo nên bởi Đức Thánh Linh là Đấng siêu việt của Đức Chúa Trời. Chúng ta cần Thánh Linh là Đấng đến từ Đức Chúa Trời nếu chúng ta muốn hiểu những sự của Đức Chúa Trời (1 Cô-rinh-tô 2:12). Chúng ta sẽ đi đâu để lắng nghe Thánh Linh của Đức Chúa Trời đây? Đến với những ai được gọi làm người phát ngôn của Thánh Linh (2:9-13), đến với những ai đã viết các lời tiên tri của Đức Chúa Trời (Rô-ma 3:2), đến với người nào đã viết rằng chính Đức Chúa Trời đã hà hơi (2 Ti-mô-thê 3:16). Vậy nên, đây là tính cần thiết của Kinh Thánh được tóm gọn lại như sau: *Chúng ta cần sự mặc khải của Đức Chúa Trời để biết Chúa, và sự mặc khải chắc chắn, hoàn hảo, cuối cùng, để cứu rỗi duy nhất của Đức Chúa Trời được tìm thấy trong Kinh Thánh.*

Tình yêu đặc trưng

Dường như không còn gì để nói thêm về tính cần thiết của Kinh Thánh nữa, nhưng nghĩ như thế là chưa hiểu đến trọng tâm sứ điệp của sứ đồ Phao-lô. Lý do cho sự mặc khải đó là để chúng ta biết lòng thương xót của Đức Chúa Trời và được cứu rỗi. Tính độc nhất của Kinh Thánh được tìm thấy không chỉ vì sự khôn ngoan của Kinh Thánh hoặc thậm chí là phương diện thiêng liêng của Kinh Thánh. Điều khiến cho Kinh Thánh khác với các sách khác – về tôn giáo hay là đại loại – chính là ân điển đủ dùng mà chúng ta bắt gặp trong các trang Kinh Thánh. Chúng ta cần Kinh Thánh bởi vì không có

Kinh Thánh, chúng ta không thể kính mến Đức Chúa Trời.

Đức Chúa Trời của chúng ta còn phán, Ngài không chỉ phán để ai đó nghe và cũng không đơn giản là truyền tải thông tin. Chúa phán hầu cho chúng ta có thể bắt đầu biết sự không biết và hiểu sự không hiểu (1 Cô-rinh-tô 2:9; xem Ê-sai 48:8). Có lẽ chúng ta nghĩ mình đã thấy đủ rồi, nghe hết rồi và kinh nghiệm sạch sẽ mọi thứ rồi. Nhưng chúng ta không hề thấy, hay là chẳng hề nghe, hay là chưa hề nghĩ đến những điều mà Đức Chúa Trời của sự yêu thương đã sắm sẵn cho kẻ nào kính mến Ngài (1 Cô-rinh-tô 2:9). Đây là tin lành của thập tự giá. Đây là tin lành cho kẻ được tha và người được cứu. Đây cũng là tin lành mà chúng ta không tìm được ở đâu ngoài Lời của Đức Chúa Trời.

Chỉ có Đức Thánh Linh hành động thông qua Lời Chúa thì chúng ta mới thực sự có thuộc linh. Khi chúng ta nghe đến từ ngữ "thuộc linh", chúng ta nghĩ ngay đến sự tĩnh lặng, hay là những biểu đạt trong khi tôn vinh Chúa, hay là sự tự phát, hay là đầy dẫy ngôn từ về Chúa, hay đặc biệt là yêu mến nhạc thánh. Jonathan Edwards gọi đó là "không có dấu hiệu".[2] Chúng không chứng minh được gì cả. Chúng có thể là những đặc điểm tốt, nhưng chính những điều kể trên không làm chúng ta trở nên thuộc linh, định nghĩa của Kinh Thánh cũng không nói như vậy. Người thuộc linh hiểu những lẽ thật thuộc linh (1 Cô-rinh-tô 2:13), còn người xác thịt (không thuộc linh) không đón nhận những điều thuộc về Thánh Linh của Đức Chúa Trời, "bởi chưng người đó coi sự ấy như là sự rồ dại" (câu 14). Những điều thuộc về Thánh Linh mà người xác thịt không hiểu được là gì? Theo bối cảnh, sứ đồ Phao-lô rõ ràng ám chỉ đến việc bị đóng đinh của Chúa vinh hiển (câu 8). Người thuộc linh là người tiếp nhận sứ điệp của thập tự giá (1:18-24). Cho dù chúng ta thích thiên sứ, hay cầu nguyện

---

nhiều bao nhiêu, hay sốt sắng tỉnh nguyện thế nào, hay chăm chỉ tập yoga, hay tin vào phép lạ đi nữa, nếu chúng ta không hiểu, tríu mến và tiếp nhận thập tự giá, thì chúng ta không phải là người thuộc linh. Vì người thuộc linh phân biện những sự thuộc linh, bắt đầu từ sự hy sinh chuộc tội của Đấng Christ vì tội lỗi của cả thế gian. Chỉ khi tiếp nhận tin lành này thì chúng ta mới là người khôn ngoan thật. Chỉ ở trong tin lành này chúng ta mới được tha thứ. Chỉ khi lắng nghe Đức Thánh Linh phán qua Kinh Thánh thì chúng ta mới thực sự biết tình yêu thương của Đức Chúa Trời và là người thuộc linh thật.

Bốn điều xuất sắc

Chúng ta cần dành chút thời gian ở cuối chương này để xem xét về sự khác biệt mà bốn đặc điểm của Kinh Thánh nói trên có thể tác động đến đời sống mỗi ngày và sự tin kính của chúng ta như thế nào. Các nhà tâm vấn có thể tâm vấn tốt bởi vì Kinh Thánh thật đầy đủ. Những người hướng dẫn học Kinh Thánh có thể tự tin hướng dẫn lớp học bởi vì Kinh Thánh thật rõ ràng. Các diễn giả có thể chia sẻ dạn dĩ bởi vì bản văn Kinh Thánh có uy quyền. Còn các nhà truyền giáo có thể truyền giảng khẩn thiết bởi vì Kinh Thánh thật là cần thiết.

Các giáo lý có sự thực tiễn rõ ràng. Nếu Kinh Thánh là tất cả những gì chúng ta cần nhìn vào, vậy thì tại sao chúng ta không đọc, không nghiên cứu và không dạy dỗ Kinh Thánh cho người khác? Tại sao chúng ta lại xây dựng Kinh Thánh ở trên chỗ nông cạn của triết lý thực dụng? Tại sao chúng ta tâm vấn bằng sự khôn ngoan của thế gian đã bị bỏ? Tại sao chúng ta lại trước tiên ngắm nhìn vẻ đẹp của núi non hay là căn phòng dội tiếng của cái tôi trong lúc đau khổ và khủng hoảng nhất? Tại sao chúng ta ít đề cập đến Kinh Thánh mỗi lúc nhóm lại thờ phượng Chúa? Tại sao chúng ta cất lên những bài ca chẳng có nội dung Kinh Thánh? Tại sao chúng ta bỏ qua Lời của Đức Chúa Trời mà quy phục lời hay ý đẹp của loài người?

Lời Chúa là phán quyết. Lời Chúa là dễ hiểu. Lời Chúa là cần thiết. Lời Chúa là đầy đủ. Trong mọi thời đại, Cơ Đốc nhân sẽ đấu tranh mỗi khi các đặc điểm này của Kinh Thánh bị đe dọa và tấn công. Nhưng quan trọng hơn nữa, chúng ta phải đánh trận đức tin mỗi *ngày* để thực sự tin vào mọi điều mà chúng ta biết rằng Kinh Thánh đang nói về Kinh Thánh và, thách thức hơn nữa là, để sống theo Lời Chúa dạy qua Kinh Thánh.

7

Kinh Thánh không bỏ được của Đấng Christ

Nếu luật pháp gọi những kẻ được lời Đức Chúa Trời phán đến là các thần, và nếu Kinh thánh không thể bỏ được, thì ta đây, là Đấng Cha đã biệt ra thánh, và sai xuống thế gian, nói: Ta là Con Đức Chúa Trời, cớ sao các ngươi cáo ta là nói lộng ngôn?
Giăng 10:35-36

Trọng tâm của chương này là vì một câu hỏi. Một câu hỏi đơn giản và quan trọng, câu hỏi ấy chắc hẳn sẽ uốn nắn và vạch rõ giáo lý Kinh Thánh của chúng ta. Câu hỏi đó là: Chúa Jêsus tin gì về Kinh Thánh?

Nếu chúng ta là Cơ Đốc nhân, về mặt định nghĩa thì chúng ta phải là những người tin vào những gì Chúa Jêsus dạy. Chúa là Con Đức Chúa Trời. Chúa là Cứu Chúa và là Chủ. Chúng ta phải bắt chước theo tấm gương của Ngài, làm theo mạng lịnh của Ngài, và đón nhận sự hiểu biết Kinh Thánh mà Chúa đã dạy và nghĩ. Chắc chắn, khi làm vậy chúng ta là những kẻ khôn ngoan tin vào Lời Chúa giống như những gì Chúa Jêsus tin về Lời Chúa.

Nếu chúng ta chưa tin Chúa, tôi nghĩ chúng ta vẫn sẽ quý trọng những gì Chúa Jêsus phán. Hầu như hết thảy mọi người, ngay cả những người thuộc về các tôn giáo khác, họ tin rằng

Ngài là một người tử tế và là một tiên tri lớn. Vì thế, nếu chúng ta nghiên cứu về Cơ Đốc giáo hoặc là cố gắng tìm hiểu không chỉ những gì Cơ Đốc nhân tin mà còn cơ sở cho niềm tin của họ, thì đây là một trong những chỗ tốt nhất để bắt đầu: hãy tìm hiểu những gì Chúa Jêsus tin về Kinh Thánh.

Có lẽ chúng ta không nghĩ Chúa Jêsus có Kinh Thánh. Giả như Chúa Jêsus không có quyển Kinh Thánh King James ở nhà. James không phải là vua lúc bấy giờ, còn người ta không có sách đọc vào thời ấy. Nhưng họ có những cuộn giấy da, không phải ở nhà của họ mà ở trong các nhà hội. Những cuộn giấy da ấy là vật sở hữu quý giá nhất trong cộng đồng. Buổi nhóm của người Do Thái tập trung vào việc đọc và giải thích những bản viết tay ấy. Chúa Jêsus, giống như người Do Thái vào thế kỷ đầu tiên, cũng quen dùng Kinh Thánh tiếng Hy-bá-lai, còn chúng ta gọi là Cựu Ước.

Vậy là thêm một lần nữa, tôi muốn hỏi là: giáo lý về Kinh Thánh của Chúa Jêsus là gì? Trong chương này, tôi không hỏi Chúa Jêsus *đã giải nghĩa* Kinh Thánh hay *đã làm ứng nghiệm* Kinh Thánh như thế nào, hay là Chúa *đã dạy gì* từ Kinh Thánh. Tôi chỉ nhắm đến một câu hỏi đơn giản mà quan trọng là: Chúa Jêsus tin gì về Kinh Thánh? Trừ khi chúng ta dám nói Chúa Jêsus có sự sai sót, hoặc là Ngài không dám nói hết những gì muốn nói về Kinh Thánh, thì chúng ta phải kết luận rằng: những gì Con Đức Chúa Trời toàn hảo tin về những bản viết tay năm xưa, thì chúng ta cũng tin như vậy. Không được có sự mâu thuẫn trong việc khẳng định rằng: giáo lý về Kinh Thánh của Chúa Jêsus cũng phải là giáo lý về Kinh Thánh của chúng ta.

Vậy thì, giáo lý về Kinh Thánh của Ngài là gì? Để tìm hiểu điều này, hãy bắt đầu từ sách Phúc âm của sứ đồ Giăng rồi sau đó tìm hiểu vài phân đoạn Kinh Thánh ở trong sách Ma-thi-ơ.

Không bó buộc và không sứt mẻ

Phản ứng của Chúa Jêsus ở trong Giăng 10:35-36 là một trong những điều quan trọng nhất mà Ngài từng phán. Ấy cũng là một trong những điều rối ren nhất nữa. Khi biết rõ bối cảnh thì sẽ dễ hiểu hơn nhiều.

Người Do Thái muốn ném đá Chúa Jêsus (câu 31) bởi vì Ngài, là con người, dám tôn mình lên bằng với Đức Chúa Trời (câu 33). Chúa Jêsus đã đáp lại lời buộc tội này bằng cách trích dẫn Thi thiên 82. Chúa đã dựa vào Kinh Thánh ("luật pháp" [Giăng 10:34] ở trong tình huống này có thể hiểu là "Kinh Thánh" [câu 35]) để kháng cáo lại lời buộc tội nói Ngài đã phạm thượng. Người Do Thái nổi giận vì Chúa ám chỉ chính Ngài là "Con Đức Chúa Trời", cho nên Chúa Jêsus nhắc họ nhớ lại trong Kinh Thánh của họ có từ ngữ "các thần" (elohim) dùng để ám chỉ các vua gian ác (hay là các quan xét, hay là thẩm phán, hay là một số kẻ có thẩm quyền). Từ ngữ "thần" ở trong Thi thiên 82:6 làm cho chúng ta bị bối rối, nhưng trước giả Thi thiên là kẻ nói thay Đức Chúa Trời ở chỗ này đang sử dụng lời lẽ mỉa mai: "Kìa, ta biết các ngươi quan trọng đến nỗi trở thành các thần ở giữa loài người, nhưng các ngươi cũng sẽ chết như ai mà thôi". Chúa Jêsus không cố chứng tỏ thần tánh của Ngài khi trích dẫn từ ngữ gây tò mò trong Thi thiên 82. Chúa đang muốn đập tan sự giả hình của kẻ thù: "Các ngươi tức tối về từ ngữ "Đức Chúa Trời", nhưng Kinh Thánh nói mấy kẻ như thế là "các thần". Các ngươi phải làm tốt hơn thế chứ, sao lại kiện cáo Ta chỉ vì một danh xưng".

Phần quan trọng ở trong lập luận của Chúa Jêsus (để chúng ta suy xét) là lời ứng khẩu của Ngài: "Kinh Thánh không thể bỏ được" (Giăng 10:35). Chúa Jêsus bênh vực cho mình ở chỗ này, Ngài không làm rõ quan điểm của mình từ Ngũ Kinh hay là từ một phân đoạn quá cao siêu trong Ê-sai. Chúa đang làm rõ vấn đề của Ngài từ một từ ngữ trong một Thi thiên ít ai biết. Nhưng Ngài không cần chứng minh rằng Thi thiên 82 có uy quyền. Chúa Jêsus cố thuyết phục kẻ thù của Ngài rằng:

"Kinh Thánh không thể bỏ được". Ngài chỉ khẳng định rằng lẽ thật là cơ sở chung mà họ có thể nhất trí với nhau. Đối với Chúa Jêsus, bất kỳ điều gì từ Kinh Thánh, từ lời lẽ của một cá nhân nào đó cho đến các phân đoạn ít được nói tới, đều sở hữu thẩm quyền tuyệt đối. Robert Watts đã từng nói về Chúa Jêsus rằng: "Theo đánh giá chính xác của Ngài, thì tính không sai của một câu, hay một mệnh đề trong câu, hay một cụm từ trong mệnh đề, là đủ chứng cớ để hình thành nên một đoạn mà người Do Thái gọi là . . . 'Kinh Thánh'".[1] Từ ngữ "bỏ" (*luo*) có nghĩa là buông, thả, gạt bỏ, hay hủy bỏ. Trong Giăng 10:35, từ *luo* mang ý nghĩa phá vỡ, hủy bỏ, hay mất hiệu lực. Đó là cách Chúa Jêsus khẳng định rằng không có từ ngữ nào trong Kinh Thánh có thể bị bóp méo. Không có lời hứa hoặc lời đe họa nào mà không được ứng nghiệm. Không có lời tuyên bố nào là sai lầm. Giống như người Do Thái đang lắng nghe Ngài, Chúa Jêsus tin Kinh Thánh là Lời của Đức Chúa Trời, mà như vậy sẽ là bất kính khi cho rằng Lời Chúa phán, hay Lời Chúa được viết ra, là thiếu xót, sai trật, hay bỏ đi.

Không có một chấm, một nét

Phân đoạn thứ hai mà chúng ta sẽ tìm hiểu để thấy được giáo lý về Kinh Thánh của Chúa Jêsus là Ma-thi-ơ 5:17-19 chép rằng:

> Các ngươi đừng tưởng ta đến đặng phá luật pháp hay là lời tiên tri; ta đến, không phải để phá, song để làm cho trọn. Vì ta nói thật cùng các ngươi, đương khi trời đất chưa qua đi, thì một chấm một nét trong luật pháp cũng không qua đi được cho đến khi mọi sự được trọn. Vậy, ai hủy một điều cực nhỏ nào trong những điều răn này, và dạy người ta làm như vậy, thì sẽ bị xưng là cực nhỏ trong nước thiên đàng;

---

[1] Robert Watts, *Nguyên tắc của Đức tin và Giáo lý về sự thần cảm: Những bài học của Carey vào năm 1884* (Luân Đôn: Hodder & Stoughton, 1885), trang 139.

còn như ai giữ những điều răn ấy, và dạy người ta nữa, thì sẽ được xưng là lớn trong nước thiên đàng.

Cũng từ ngữ dùng trong Giăng 10:35 (*luo*) được dịch là "hủy" ở trong Ma-thi-ơ 5:19. Ý muốn nói chủ yếu cũng tương tự. Chúa Jêsus quở trách kẻ nào gạt bỏ hay làm suy yếu thậm chí "điều cực nhỏ" ở trong điều răn của Đức Chúa Trời. Chúa Jêsus dùng vài phạm trù có tính hoán đổi – "luật pháp hay lời tiên tri", "luật pháp", "những điều răn" – cho thấy rằng Ngài không chỉ nghĩ đến những mạng lịnh ở trong Ngũ Kinh, mà còn toàn bộ Lời của Đức Chúa Trời nữa. Chúa nói đến "một nét" (chữ cái nhỏ nhất ở trong bản chữ cái của tiếng Hy-Lạp) và "một chấm" (những cái móc hay dấu để phân biệt những chữ cái tương tự trong tiếng Hy-bá-lai), chúng ta có thể chắc chắn rằng Chúa Jêsus đang nghĩ đến Lời của Đức Chúa Trời *đã được viết ra*. Không có dấu chấm cực nhỏ nào ở trong Kinh Thánh bị hủy bỏ khi Đấng Christ đến. Nhưng phải được ứng nghiệm và được hiểu rõ hơn khi Chúa đến, không được hủy bỏ. Người nào hủy điều cực nhỏ trong Kinh Thánh đáng bị gọi là cực nhỏ trong nước thiên đàng. Chúng ta không thể tìm được ở đâu cho thấy lòng tin quyết vào Kinh Thánh ngoài những gì Chúa Jêsus đang bày tỏ rất dễ hiểu ở trong phân đoạn này.

Nhưng ai đó sẽ hỏi rằng: không phải Chúa Jêsus có lần tranh luận Cựu Ước cũng có chỗ sai hay sao? Có phải Chúa sửa lại Kinh Thánh trong vài trường hợp đó chăng? Trông có vẻ như vậy, nhưng xét kỹ hơn thì chúng ta thấy Đấng Christ không hề sửa một câu Kinh Thánh nào khi đã được giải nghĩa và áp dụng thật đúng đắn. Thí dụ, một cáo buộc cho rằng Chúa Jêsus hủy bỏ những đòi hỏi về ngày Sa-bát, như vậy là vi phạm chính nguyên tắc của Ngài và vặn vẹo Kinh Thánh. Nhưng thật ra, Chúa Jêsus *đã dựa vào* Kinh Thánh – khi đề cập câu chuyện Đa-vít và những kẻ theo ông đã ăn bánh trong đền thờ – cho thấy rằng người Pha-ri-si đang áp đặt những tiêu chuẩn trái với lời dạy của Kinh Thánh (Mác 2:23-28).

Cũng có lời cáo buộc rằng Chúa Jêsus đã bỏ luật pháp khi tuyên bố hết thảy đồ ăn là tinh sạch (Mác 7:19). Nhưng đây là một thí dụ hoàn hảo để cho thấy điều Chúa Jêsus muốn nói là Ngài đã đến để làm trọn luật pháp. Chúa Jêsus không hề nghi ngờ ý định ban đầu về luật pháp về sự tinh sạch hay là mạng lịnh chân thật của luật pháp. Tuy nhiên, Ngài cho thấy một sự hiểu biết sâu xa hơn về mạnh lịnh này, họ phải quy phục Đấng Christ thì mới có được sự tinh sạch và sự thanh tẩy mà họ cần (câu 18-23).

Cũng vậy, một vài Cơ Đốc nhân vẫn còn cho rằng Chúa Jêsus không nhất quán với Ngũ Kinh về sự ly dị và Kinh Thánh mắc sai lầm ở chỗ quan trọng này. Nhưng thực tế mà nói, Chúa Jêsus không bát bỏ điều răn của Môi-se; Chúa đã cung ứng một giải nghĩa tốt hơn cho điều răn ấy. Trong khi người Do Thái trọng sự tự do hơn đã áp dụng luật pháp của Môi-se để cổ xúy cho sự ly dị bất chấp mọi lý lẽ, thì Chúa Jêsus đã chỉ họ thấy ý nghĩa thật của bản văn. Sự ly dị được coi là sự nhượng bộ cho những trường hợp quan hệ tình dục trái đạo đức xảy ra (Ma-thi-ơ 19:3-9).

Thí dụ khó nhất là lời phê bình của Chúa Jêsus ở trong Ma-thi-ơ 5:38 về luật "mắt đền mắt" ở trong giao ước của Môi-se. Đối với phần còn lại của "các ngươi có nghe lời phán rằng" ở trong Ma-thi-ơ 5, Chúa Jêsus ám chỉ vài điều của người Pha-ri-si giả hình hay là lời truyền khẩu được chép lại, mà Ngài đã trích lại từ Cựu Ước. Nhưng một lần nữa, chúng ta thấy Chúa Jêsus không hề sửa Kinh Thánh, mà sửa hướng áp dụng của bản văn ấy. Cái gọi là *lex talionis* (luật trả thù) được đề cập vài lần trong Ngũ Kinh (Xuất 21:24; Lê-vi-ký 24:20; Phục truyền 19:21). Luật pháp, là cơ sở để thi hành công lý, dùng để trừng phạt những kẻ sai trái *và* bảo vệ cộng đồng. Còn chúng ta lại muốn luật pháp trở thành công cụ để làm điều ác và trả thù. Nhưng luật pháp vốn dĩ ngăn cấm những hành vi xấu xa như vậy đối với hành vi phạm tội. Nguyên tắc "mắt đền mắt" cấm đoán những bản án không công bằng. Trong khi nguyên tắc này miêu tả một sự trừng phạt công bằng thì nó cũng bài trừ *bất kỳ việc làm nào khác, chứ không chỉ* mắt đền mắt. Nguyên tắc ấy không cho phép trả thù cá nhân hay là theo dõi, ngay cả khi đó là cách nhiều người trong thời Chúa Jêsus hiểu về mạng lịnh. Các lãnh đạo Do Thái đang làm sai khi đặt ra luật pháp và biến nó thành công cụ trả thù cá nhân của họ. Chúa Jêsus đã sử dụng đúng – và chính xác bản văn Kinh Thánh – để sửa lại sự lạm dụng bản văn.

Trong bài giảng trên núi, đặc biệt là Ma-thi-ơ 5, Chúa Jêsus muốn dân sự của Ngài biết ý nghĩa thực của Kinh Thánh. Chúa không muốn sửa lại Kinh Thánh. Ngài muốn chỉ ra tầm quan trọng của Kinh Thánh đối với lòng loài người. Chúa không muốn Lời của Đức Chúa Trời bị hủy hoại bởi lời truyền khẩu của loài người hay lập luận thiếu suy xét của họ. Thay vì thế, mỗi chấm trong Kinh Thánh phải được áp dụng vào trong mỗi khía cạnh môn đồ hóa của Cơ Đốc nhân. Donald Macleod viết rằng: "Đối với Chúa Jêsus, sự trung thành với một nét một chấm ở trong Kinh Thánh không phải là chủ nghĩa luật pháp hay thoái thác một vấn đề nào đó . . . Giữ trọn một chấm một nét trong luật pháp nghĩa là tránh nổi giận cũng như giết người; ham muốn cũng như gian dâm; thề thốt cũng như bội ước. Điều ấy cũng có nghĩa là đưa luôn má bên kia, đi thêm một dặm, và không khoe khoang khi ban cho".[2] Chúa Jêsus muốn chúng ta có Lời Chúa nhiều hơn trong đời sống của chúng ta, chứ không phải ít đi.

Đây chính xác là điều Chúa Jêsus muốn tóm tắt trong Ma-thi-ơ 23:23, Chúa khuyên dân sự ghi nhớ "những vấn đề trọng tâm của luật pháp: công lý, thương xót và trung tín", mà cũng

[2] Donald Macleod, "Chúa Jêsus và Kinh Thánh", trong quyển *Sự đáng tin cậy của Đức Chúa Trời: Những quan điểm về bản chất của Kinh Thánh*, biên soạn bởi Paul Helm và Carl Trueman (Grand Rapids, MI: Eerdmans, 2002), trang 73.

không bỏ qua trách nhiệm dâng phần mười bạc hà, hồi hương và rau cần. Rõ ràng, Chúa Jêsus không muốn chúng ta giữ những điều răn nhỏ mà bỏ qua điều răn lớn ở trong Kinh Thánh, nhưng Ngài cũng không cho phép chúng ta phớt lờ những chi tiết rất nhỏ hầu cho chúng ta hiểu đúng bức tranh lớn. Chúa muốn chúng ta làm theo tinh thần của luật pháp và thư tín. Đấng Mê-si của chúng ta là người giảng Kinh, chứ không bao giờ là người sửa lại Kinh Thánh. Ngài làm ứng nghiệm Kinh Thánh, chứ không bóp méo Lời Chúa. Ngài dẹp bỏ những giải nghĩa sai về Kinh Thánh, nhưng khẳng định Kinh Thánh không có sai, ngay cả đến một chấm và một nét.

Sự thật của lịch sử

Bản văn thứ ba để biết quan điểm của Chúa Jêsus về Kinh Thánh là Ma-thi-ơ 12:38-42 chép rằng:

> Bấy giờ có mấy thầy thông giáo và người Pha-ri-si thưa cùng Đức Chúa Jêsus rằng: Bẩm thầy, chúng tôi muốn xem thầy làm dấu lạ. Ngài đáp rằng: Dòng dõi hung ác gian dâm này xin một dấu lạ, nhưng sẽ chẳng cho dấu lạ khác ngoài dấu lạ của đấng tiên tri Giô-na. Vì Giô-na đã bị ở trong bụng cá lớn ba ngày ba đêm, cũng một thể ấy, Con người sẽ ở trong lòng đất ba ngày ba đêm. Đến ngày phán xét, dân thành Ni-ni-ve sẽ đứng dậy với dòng dõi này mà lên án nó, vì dân ấy đã nghe lời Giô-na giảng và ăn năn; mà đây này, có một người tôn trọng hơn Giô-na! Đến ngày phán xét, nữ hoàng nam phương sẽ đứng dậy với dòng dõi này mà lên án nó, vì người từ nơi cùng trái đất đến nghe lời khôn ngoan vua Sa-lô-môn; mà đây này, có một người tôn trọng hơn vua Sa-lô-môn!

Câu chuyện này là một thí dụ về cách Chúa Jêsus tiếp cận lịch sử Kinh Thánh như là một bản ký thuật lại những dữ kiện có thật. Nếu bất kỳ chỗ nào trong Cựu Ước bị thách thức, thì phải là câu chuyện về Giô-na. Nhưng, Chúa Jêsus phán quả quyết về Giô-na ở trong bụng của một con cá lớn, giống như chính Ngài và hết thảy những ai lắng nghe Ngài không hề do dự về mức độ chính xác của câu chuyện trong lịch sử vậy.

Rõ ràng là có vài học giả, dù có được tầm nhìn sâu rộng về Kinh Thánh, cũng phải thắc mắc có nên hiểu câu chuyện về Giô-na theo nghĩa đen hay không. Rốt cuộc, câu chuyện không được trích từ sách lịch sử hiển nhiên như Các-vua hoặc Sử ký, hay là Xuất Ê-díp-tô-ký. Chúa Jêsus có thể nhắc đến câu chuyện về Giô-na giống như chúng ta đề cập một mẫu chuyện từ văn học vậy. Có lẽ Chúa Jêsus chẳng có ý gì khác hơn là "Giô-na" giống như chúng ta nói về "những người từ Gondor" hoặc là "Luke và Obi-Wan" vậy. Có thể Giô-na là một truyền thuyết, còn chúng ta không hề đọc câu chuyện này như là lịch sử.

Sự giải thích trên nghe thật hợp lý, ngoại trừ lời giải thích như vậy chẳng thể làm rõ phần còn lại trong bài giảng của Chúa Jêsus. Nếu Giô-na chỉ là một thí dụ văn học để tham khảo, thì tò mò làm sao khi Chúa Jêsus cũng đề cập về Nữ hoàng Sê-ba rõ ràng là một nhân vật nổi tiếng trong lịch sử. Trầm trọng hơn nữa, thật khó để giải thích ngôn từ của Chúa Jêsus về những người ở thành Ni-ni-ve đứng dậy để lên án thành Ca-bê-na-um trong ngày cuối cùng nếu tất cả hay gần như toàn bộ câu chuyện Giô-na không được coi là có thật. Giống như nói bóng gió với những người ở Gondor rồi đưa ra một lời cảnh báo nghiêm trọng cho độc giả của chúng ta rằng lũ quái vật của Mordor sẽ đứng dậy lên án và phán xét họ. Thật chẳng có lý gì cả. Cũng như T. T. Perowne nói về nguy hiểm thực sự mà Chúa Jêsus muốn những kẻ nghe Ngài phải suy xét cẩn thận như sau: "Còn như chúng ta nghĩ rằng Chúa phán về những kẻ trong tưởng tượng, lắng nghe bài giảng trong tưởng tượng của một tiên tri trong tưởng tượng, đã ăn năn trong tưởng tượng, sẽ đứng dậy trong ngày đó và phán xét tội lỗi thực sự của những kẻ có thật đang lắng nghe Ngài thì sao?"[3] Thật trái ngược làm sao. Trong các sách Phúc âm, chúng ta thấy Chúa Jêsus phán về A-bên, Nô-ê, Áp-ra-ham, Sô-đôm và Gô-mô-rơ, Y-sác và Gia-cốp, bánh ma-na trong đồng vắng, con rắn trong đồng vắng, Môi-se là người ban luật pháp, Đa-vít và Sa-lô-môn, Nữ hoàng Sê-ba, Ê-li và Ê-li-sê, người đàn bà góa ở Sa-rép-ta, Na-a-man, Xa-cha-ri, và ngay cả Giô-na, không hề nghi ngờ một sự kiện nào, một phép lạ nào, hay là một lời tuyên bố trong lịch sử. Rõ ràng là Chúa Jêsus tin vào tính có thật của lịch sử Kinh Thánh.

Thay vì tìm cách "giải cứu" Chúa Jêsus khỏi sự tin quyết của Ngài về lịch sử ở trong Kinh Thánh, chúng ta nên sẵn sàng chấp nhận rằng: nếu Chúa Jêsus đúng trong cách tiếp cận Kinh Thánh, thì những chú giải cao siêu về Kinh Thánh là sai. Vì trong vòng 150 năm qua, nhiều học giả hiện đại tranh cãi rằng: Cựu Ước nói không đúng sự thật. Năm sách đầu tiên của Kinh Thánh không phải do Môi-se viết (rồi được soạn lại một vài chỗ), nhưng là sản phẩm được dàn dựng công phu từ rất nhiều nguồn khác nhau, vài tư liệu đó có độ tuổi ngàn năm sau thời của Môi-se. Sách Ê-sai cũng không do Ê-sai viết, nhưng do hai hoặc ba "Ê-sai" khác nhau đã tiên đoán những điều sẽ xảy ra trước khi họ viết lại những câu chuyện này. Bất ngờ hơn nữa, nếu các học giả tự do nói đúng, thì Hội thánh đã đọc sai lịch sử của dân Y-sơ-ra-ên gần hai thiên niên kỷ. Câu chuyện của dân Y-sơ-ra-ên không phải là nỗ lực trung tín với Đức Chúa Trời chân thật và làm theo luật pháp của Ngài trong nhiều thế kỷ. Điều thực sự đã xảy ra là sự phát triển của dân Y-sơ-ra-ên từ thuyết duy linh sang thuyết đa thần đến thuyết độc thần tối cao (chỉ thờ phượng một Đức Chúa Trời duy nhất; mặc dù vẫn công nhận sự tồn tại của các thần khác) rồi thuyết độc thần cho đến sự thống trị của chủ nghĩa luật pháp dưới

---

[3] Trích từ quyển, *Đấng Christ và Kinh Thánh*, của John Wenham, tái bản lần thứ 3 (Eugene, OR: Wipf & Stock, 2009), trang 20.

thời thầy tế lễ. Các sách cho là có niên đại từ Xuất Ê-díp-tô-ký lại xuất hiện còn muộn hơn thời Ê-xê-chi-ên. Sách 1 Sa-mu-ên tưởng là được viết sau khi có luật pháp, nhưng lại miêu tả cuộc sống của dân Y-sơ-ra-ên *trước khi* có luật pháp. Còn Ngũ Kinh, thay vì là nền tảng cho đời sống và tín ngưỡng của dân Y-sơ-ra-ên, lại xuất hiện rất lâu sau thời kỳ huy hoàng của dân Y-sơ-ra-ên.[4]

Đây là phần nào những gì được coi là rất rõ ràng đối với sự uyên bác của ngày nay, nhưng thậm chí chẳng liên quan gì đến những cách mà chúng ta thấy Chúa Jêsus vận dụng Cựu Ước. Chúa Jêsus tin rằng dân Y-sơ-ra-ên ở dưới sự dạy dỗ của Yahweh (Đức Giê-hô-va) trong suốt chiều dài lịch sử của họ; Môi-se ban cho dân tộc mình một giao ước; Ngũ Kinh xuất hiện từ lúc bắt đầu lịch sử của dân Y-sơ-ra-ên, chứ không phải vào cuối lịch sử; còn các tiên tri đã quở trách và dạy dỗ dân Y-sơ-ra-ên vì họ đã không làm theo mạng lịnh của Đức Chúa Trời đã ban cho tại núi Si-nai. Nhưng nếu những phê bình ngày nay về lịch sử là đúng, thì Chúa Jêsus đã hoàn toàn sai lầm khi đặt niềm tin vào chuyện này. Macleod viết rằng: "Ngài không dò tìm những đầu mối của thuyết duy linh trong thời kỳ sơ khai của dân Y-sơ-ra-ên. Chúa cũng không nhận ra sách Lê-vi-ký là sự phản bội lại thuyết độc thần. Ngài không thấy câu chuyện kép chứng minh quyền tác giả tổng hợp. Chúa hoàn toàn không biết những mâu thuẫn cho thấy Môi-se không hề viết sách Phục truyền Luật lệ ký". Nói cách khác, Chúa Jêsus "đã đón nhận câu chuyện thần thoại của dân tộc cho nên chẳng đáng được tán thưởng hơn Romulus và Remus".[5]

Không phải Chúa Jêsus đáng được tán thưởng nhiều hơn khi Ngài biết rõ lịch sử Do Thái hơn các nhà phê bình người Đức gần hai ngày năm sau đó sao? Không phải đứng về phía

---

[4] Đoạn này tóm tắt rất nhiều ý của Donald Macleod trong quyển sách *"Chúa Jêsus và Kinh Thánh"*, trang 91.
[5] Ibid., trang 92.

Chúa Jêsus và tiếp nhận quan điểm tối thượng của Ngài về sự thần cảm, cũng như sự hiểu biết hợp lý của Ngài về lịch sử và sử ký trong Kinh Thánh, là an toàn hơn sao? Đôi khi người ta nói với chúng ta rằng: đối với Cơ Đốc nhân, quyền phán quyết cuối cùng thuộc về Đấng Christ, chứ không phải Kinh Thánh. Điều này nói lên rằng Đấng Christ chỉ muốn chúng ta tiếp nhận các phần Kinh Thánh nào tương ứng với đời sống và sự dạy dỗ của Ngài; còn những khía cạnh nào trong Kinh Thánh nói về lịch sử, sử ký và vũ trụ thì không cần chúng ta phải quan tâm, bởi vì Đấng Christ cũng không muốn chúng ta bị những điều đó làm phiền đâu. Một ý niệm được rất nhiều Cơ Đốc nhân tự do và một số người tự xưng là người tin lành đưa ra rằng: chúng ta thờ phượng Đấng Christ, chứ không phải Kinh Thánh; chúng ta phải giữ Đấng Christ khỏi Kinh Thánh và đặt Ngài là trên hết. Packer hỏi: "Nhưng Đấng Christ này là ai, là Thẩm phán của Kinh Thánh? Không phải là Đấng Christ của Tân Ước và lịch sử. Đấng Christ ấy không thể phán xét Kinh Thánh được; nhưng Chúa làm theo và làm ứng nghiệm Kinh Thánh. Ngài xác nhận thẩm quyền của cả Kinh Thánh bằng chính lời nói và việc làm của mình".[6]

Người nào có quan điểm đề cao Kinh Thánh thường bị cáo buộc là thờ hình tượng bởi vì quá tôn sùng Lời của Đức Chúa Trời. Nhưng lời buộc tội này không đúng đối với người nào như thế. "Một Đấng Christ cho phép các môn đồ tôn Ngài làm Thẩm phán của Kinh Thánh, uy quyền của Kinh Thánh phải được Ngài xác nhận trước khi được hình thành và những chỗ nào gây bất lợi cho Ngài phải bị bỏ đi, là một Đấng Christ do con người tưởng tượng ra, được ra đời từ trí tưởng tượng của nhà thần học, thái độ của Ngài ấy đối với Kinh Thánh ngược lại với thái độ của Đấng Christ trong lịch sử. Nếu việc xây dựng một Đấng Christ như thế còn chưa vi phạm điều răn thứ

---

[6] J. I. Packer, "Trào lưu Chính thống" và Lời Đức Chúa Trời (Grand Rapids, MI: Eerdmans, 1958), trang 61.

hai, thì không biết phải đánh giá như thế nào nữa".[7] Chúa Jêsus có lẽ đã tự nhận chính mình là điểm trọng tâm của Kinh Thánh, nhưng Ngài chưa bao giờ coi mình là Đấng phán xét Kinh Thánh. Chỉ có Chúa Jêsus vượt trên cả Kinh Thánh mới là Chúa Jêsus do chúng ta phát minh ra.

Đấng Tạo Hoá có phán rằng

Phân đoạn cuối cùng của chúng ta để tìm hiểu giáo lý về Kinh Thánh của Chúa Jêsus là Ma-thi-ơ 19. Khi đáp lại câu hỏi của người Pha-ri-si về sự ly dị, Chúa Jêsus lái cuộc đối thoại về Sáng thế ký:

> Ngài trả lời rằng: Các ngươi há chưa đọc lời chép về Đấng Tạo Hóa, hồi ban đầu, dựng nên một người nam, một người nữ, và có phán rằng: Vì cớ đó người nam sẽ lìa cha mẹ, mà dính díu với vợ mình; hai người sẽ cùng nên một thịt hay sao? (Ma-thi-ơ 19:4-5).

Các câu Kinh Thánh này quá quen thuộc đến nỗi nhiều người trong chúng ta đã bỏ qua một lời tuyên bố tuyệt vời của Chúa Jêsus về tác giả của Kinh Thánh. Nếu chúng ta mở ra Sáng thế ký 2:24, chúng ta sẽ thấy dòng trích dẫn của Chúa Jêsus về người nam phải lìa cha mẹ, dính díu cùng vợ mình và trở nên một thịt. Nhưng mấy lời này không đến từ bất kỳ người phát ngôn nào cả. Chúng chỉ là một phần của câu chuyện ở trong bản văn Kinh Thánh. Nhưng bây giờ, hãy nhìn những gì Chúa Jêsus phán mà xem. Sáng thế ký 2:24 không chỉ là một dòng ở trong Kinh Thánh; mà là một lời tuyên bố bởi "Đấng Tạo Hóa, hồi ban đầu, dựng nên một người nam, một người nữ". Ý nghĩa ở chỗ này đã quá rõ ràng: đối với Chúa Jêsus, Kinh Thánh nói gì, tức là Đức Chúa Trời phán. Đây là bản chất trong giáo lý về Kinh Thánh của Chúa Jêsus và là nền tảng để

---

[7] Ibid., trang 61-62.

hiểu đúng Kinh Thánh.

Điều này không thể dùng để cãi rằng: Chúa Jêsus chỉ đang mượn lời của thính giả để chinh phục họ mà thôi. Ở nhiều chỗ khác – mọi thứ từ những khái niệm của cả dân tộc về Đấng Mê-si, đến những lời truyền khẩu của người Pha-ri-si, rồi cách họ đối xử với Dân ngoại và phụ nữ – Chúa Jêsus đã tỏ ra không quan tâm đến việc phải đụng chạm đến chỗ nhạy cảm của thính giả. Nhưng khi Ngài không ngại sửa lại *những giải nghĩa* Kinh Thánh sai trật của họ, thì cũng không có gì cho thấy Chúa Jêsus nghĩ những người Do Thái này đã quá tôn sùng Kinh Thánh. Nếu họ sai về một vấn đề như thế, thì Ngài cũng không để yên điều này quá lâu. Chúa đã sửa lại những niềm tin của họ về Kinh Thánh cũng giống như Ngài đã sửa phạt họ vì "những giáo lý khác của loài người".

Chúa Jêsus không gặp vấn đề trong việc nhắc đến các trước giả Kinh Thánh như Môi-se, Ê-sai, Đa-vít và Đa-ni-ên. Nhưng họ ở hậu cảnh rồi. Họ là những trước giả phụ làm việc dưới sự chỉ đạo từ Tác giả chính của Kinh Thánh, tức là Đức Chúa Trời. Vậy, Chúa Jêsus có thể trích dẫn từ Thi thiên 110 chép rằng: "Chính Đa-vít đã cảm Đức Thánh Linh mà nói rằng" (Mác 12:36), cũng như sứ đồ Phao-lô có thể dùng "Kinh Thánh" ở trong Rô-ma 9:17 và Ga-la-ti 3:8 để nói rằng Đức Chúa Trời là Đấng phán trong Cựu Ước. Đức Thánh Linh, Đức Chúa Trời, Kinh Thánh – không phải là ba tiếng nói khác nhau với ba đẳng cấp khác nhau. Cả ba đều chỉ đến một Tác giả có uy quyền. Đó cũng là lý do vì sao Chúa Jêsus có thể phán với Ma quỷ rằng "có lời chép rằng" và cũng chính vì thế mà Ngài có thể tuyên bố, không hề có ý mâu thuẫn hoặc cường điệu, rằng Đấng Tạo Hóa cả cõi vũ trụ đã viết Sáng thế ký. Đối với Chúa Jêsus, Kinh Thánh có năng quyền, có sự dứt khoát và có thẩm quyền bởi vì Kinh Thánh chẳng khác gì tiếng phán của Đức Chúa Trời.

Đường lối của Chủ là đường lối của Lời

Chúa Jêsus quý trọng Kinh Thánh một cách tối đa. Chúa biết tường tận Kinh Thánh của Ngài và yêu mến Kinh Thánh một cách sâu đậm. Chúa thường phán bằng ngôn ngữ của Kinh Thánh. Ngài cũng thường phán bóng gió về Kinh Thánh. Trong những giây phút bị thử thách và yếu đuối – như là bị Ma quỷ cám dỗ hay bị xử tử trên thập tự giá – Ngài đã trích dẫn Kinh Thánh.

Sứ mạng của Ngài là làm ứng nghiệm Kinh Thánh, sự dạy dỗ của Ngài luôn đề cao Kinh Thánh. Chúa không hề tỏ ra bất kính, không bao giờ phớt lờ, chưa hề bất đồng với bản văn Kinh Thánh. Ngài khẳng định từng điều có trong luật pháp, lời tiên tri, câu chuyện và thơ ca. Chúa chưa bao giờ chấp nhận tính hợp lý của bất kỳ sự phá rối, phớt lờ, cải thiện, hay chối bỏ Kinh Thánh.

Chúa Jêsus tin vào sự thần cảm của Kinh Thánh – tất cả mọi điều trong đó. Ngài đã tiếp nhận sử ký, các phép lạ và quyền tác giả là dữ kiện dễ hiểu trong lịch sử. Chúa tin vào việc gìn giữ tinh thần của luật pháp mà không đánh giá thấp chữ nghĩa trong luật pháp. Ngài khẳng định vai trò trước giả của loài người ở trong Kinh Thánh đồng thời cũng chứng tỏ vai trò Tác giả tối thượng của Kinh Thánh. Chúa coi Kinh Thánh là lời lẽ cần thiết, đầy đủ, rõ ràng và là lời phán quyết. Ngài không bao giờ nghĩ đến việc mâu thuẫn với Kinh Thánh hoặc vượt trên Kinh Thánh.

Chúa tin Kinh Thánh là thật, sáng tỏ, quan trọng và tất cả đều nói về Ngài. Chúa tuyệt đối tin rằng Kinh Thánh đến từ Đức Chúa Trời và hoàn toàn không có sai sót. Kinh Thánh nói gì, Đức Chúa Trời phán như thế; còn tiếng phán của Đức Chúa Trời đã được ký thuật lại trong Kinh Thánh một cách tuyệt đối.

Vậy nên, đây có thể là câu trả lời thỏa đáng duy nhất cho câu hỏi giáo lý về Kinh Thánh của Chúa Jêsus đã đề cập từ đầu chương: chúng ta không thể tôn trọng Kinh Thánh quá mức hoặc là quả quyết về Kinh Thánh một cách tuyệt đối như Chúa Jêsus được. Chúa Jêsus đã đầu phục ý muốn của Ngài đối với Kinh Thánh, đầu óc của Ngài đã cam kết học biết Kinh Thánh, và tấm lòng của Ngài cũng hạ mình để làm theo Kinh Thánh. Đức Chúa Jêsus, Con Đức Chúa Trời và Cứu Chúa của chúng ta, đã tin Kinh Thánh của Ngài là Lời của Đức Chúa Trời đến từng câu, từng cụm từ, từng từ ngữ, từng chữ cái nhỏ nhất, từng nét tỉ mỉ nhất – tất cả những dấu chấm và tất cả các sách ở trong Kinh Thánh không thể hủy bỏ được.

8

Hãy giữ chặt Kinh Thánh

Về phần con, hãy đứng vững trong những sự con đã đem lòng tin chắc mà học và nhận lấy, vì biết con đã học những điều đó với ai, và từ khi con còn thơ ấu đã biết Kinh thánh vốn có thể khiến con khôn ngoan để được cứu bởi đức tin trong Đức Chúa Jêsus Christ. Cả Kinh thánh đều là bởi Đức Chúa Trời soi dẫn, có ích cho sự dạy dỗ, bẻ trách, sửa trị, dạy người trong sự công bình, hầu cho người thuộc về Đức Chúa Trời được trọn vẹn và sắm sẵn để làm mọi việc lành.

(2 Ti-mô-thê 3:14-17)

Chọn một quyển sách nói đến giáo lý về Kinh Thánh, có lẽ chúng ta cũng hiểu đó là chương đầu tiên, chứ không phải chương cuối cùng. Như vậy, 2 Ti-mô-thê 3:16 là câu Kinh Thánh nổi tiếng về Kinh Thánh trong cả Kinh Thánh. Một mặt thì không cần phải nói thêm về Kinh Thánh sau khi chúng ta biết rằng cả Kinh Thánh đều được Đức Chúa Trời soi dẫn. Đây là định nghĩa về sự thần cảm: mọi điều trong Kinh Thánh đều ra từ miệng Đức Chúa Trời. Đầy đủ, rõ ràng, phán quyết, cần thiết – tất cả đều đúng nếu 2 Ti-mô-thê 3:16 nói thật, và tất cả đều sai nếu 2 Ti-mô-thê 3:16 nói dối. Không có câu Kinh Thánh nào quan trọng hơn để phát triển một sự hiểu biết đúng đắn về Kinh Thánh.

Nhưng mà tôi muốn kết thúc tại đây. Tôi đã bắt đầu với Thi thiên 119 và kết thúc với 2 Ti-mô-thê 3, có lẽ là trái ngược với những gì chúng ta mong đợi.

Tôi làm vậy vì hai lý do: Đầu tiên, để chúng ta có thể thấy rằng, phân đoạn Kinh Thánh này quan trọng như thế nào đối với giáo lý về Kinh Thánh, câu Kinh Thánh ấy chẳng nói gì khác hơn hàng tá các câu Kinh Thánh khác. Tất cả những gì chúng ta đã thấy về Kinh Thánh từ Kinh Thánh, chúng ta không nên ngạc nhiên khi thấy (một lần nữa) lời khẳng định này: Kinh Thánh nói gì, Đức Chúa Trời phán như thế. Mọi biểu hiện vui sướng của trước giả Thi thiên ở trong Lời Chúa, khao khát Lời Chúa, và lệ thuộc vào Lời Chúa đều cho thấy rằng mọi từ ngữ ở trong Lời Chúa, dù được phán hay viết ra, đều được chính Đức Chúa Trời hà hơi. Nếu quan điểm về sự thần cảm được nói đến trong 2 Ti-mô-thê 3:16 không được công nhận, thì Thi thiên 119 chẳng khác gì đang thờ hình tượng.

Thứ hai, chúng ta kết thúc bằng phân đoạn Kinh Thánh này bởi vì sự quả quyết của nó vẫn còn tiếp diễn (2 Ti-mô-thê 2:14). Trong khi tôi phải rùng mình khi biết rằng có rất nhiều người tìm đọc quyển sách này, thì tôi nghĩ nếu chúng ta đã đọc tới chỗ này, thì có lẽ bạn là một Cơ Đốc nhân. Hầu hết chúng ta đã đọc Kinh Thánh trước đây rồi. Đó là vì sao chúng ta muốn biết phải tin gì về Kinh Thánh. Chúng ta đã được dạy về Kinh Thánh, ít nhất là một chút nào đó. Nhưng khi chúng ta đọc quyển sách này thì có lẽ chúng ta đã yêu mến Kinh Thánh hoặc là bắt đầu muốn yêu mến Kinh Thánh. Vậy nên, lời khuyên thích hợp để kết thúc quyển sách này có lẽ là câu 14: hãy đứng vững. Đừng quên những gì đã biết và đã học. Đừng quên mình là ai. Hãy giữ vững. Hãy tiếp tục.

Đầu câu 14, sứ đồ Phao-lô đưa ra một sự tương phản. Một mặt thì ông nghĩ đến những kẻ bắt bớ mình (câu 11). Ông nghĩ đến những kẻ làm ác và những tên lừa đảo cứ đi từ xấu xa đến tồi tệ (câu 13). Ông chắc cũng nghĩ đến những người như Đê-ma, là kẻ đã bỏ mặc ông (4:10), và những người như A-léc-xan-đơ, đã làm hại ông rất nhiều (4:14). Rồi ông nói rằng: "Về phần con . . ." (3:14). Đó là mặt khác; đó là sự tương phản. Sứ đồ Phao-lô đang cảnh báo Ti-mô-thê không được giống mấy kẻ lừa dối và bỏ mặc người khác. Ông nói rằng: "Kìa, con đã được lớn lên trong Phúc âm – được đâm rễ, được lập nền, được củng cố. Bây giờ con phải tiếp tục lớn lên; hãy tiếp tục đi con đường này; hãy giữ vững đức tin".

Điều này có nghĩa là Ti-mô-thê phải ở gần Lời của Đức Chúa Trời cho dù có chuyện gì đi nữa. Mạng lịnh hãy tiếp tục ở trong Phúc âm, dành cho Ti-mô-thê cũng như cho hết thảy chúng ta, là lời khuyên phải tiếp tục với và tăng trưởng ở trong Kinh Thánh (câu 15). "Tập trung vào mục tiêu" – đó là lời khuyên rất hay khi Luke Skywalker đã vào đến Ngôi sao Tử thần, đó cũng là lời khuyên rất tốt dành cho mỗi Cơ Đốc nhân. Đừng bị chao đảo. Đừng đi lạc. Đó là sứ điệp của 2 Ti-mô-thê 3:14-17. Chúng ta sẽ bị cám dỗ và thử thách. Chúng ta sẽ mệt mỏi. Chúng ta sẽ gặp áp lực. Chúng ta sẽ bị bắt bớ nếu muốn sống cách nhân đức ở trong Đức Chúa Jêsus Christ (câu 12). Nhưng đây là lời dạy dỗ không thay đổi của Đức Chúa Trời dành cho chúng ta: hãy giữ chặt Kinh Thánh và bước theo cách vững vàng.

Hãy nhớ lại lịch sử
May mắn thay, sứ đồ Phao-lô không dừng lại ở mạng lịnh hãy đứng vững; ông còn đưa ra những lý do nữa. Chúng ta thấy trong 2 Ti-mô-thê 3:14-17 có bốn lý do mà chúng ta nên giữ chặt Kinh Thánh: lịch sử của chúng ta, khả năng của Kinh Thánh, tính độc đáo của Kinh Thánh và tính thực tiễn của Kinh Thánh. Chúng ta sẽ bắt đầu bằng lời thúc giục của sứ đồ Phao-lô về việc chúng ta phải nhớ lại lịch sử của mình.

Tôi biết rằng điều đầu tiên này không thể áp dụng cho mọi

Cơ Đốc nhân. Nhiều người tin Chúa chỉ mới tin nhận Đấng Christ. Hành triệu người không có lịch sử Cơ Đốc để nhớ lại. Nhưng tôi vẫn muốn bàn về điều này, vì ý định của Đức Chúa Trời dành cho một người đến với Chúa là qua gia đình. Ngay cả khi gia đình của chúng ta không góp phần vào việc tin Chúa của mình, thì chúng ta cũng gặp được ai đó là công cụ mà Đức Chúa Trời đã chọn để đem đến ân điển cứu rỗi ở trong cuộc đời mình. Vậy thì dù cách này hay cách khác, lời khuyên của sứ đồ Phao-lô dành cho Ti-mô-thê cũng là lời khuyên của Đức Chúa Trời dành cho chúng ta. Hãy nhớ lại người nào đã dẫn chúng ta đặt niềm tin nơi Chúa. Hãy nhớ lại người nào đã chia sẻ Phúc âm với chúng ta. Hãy nhớ lại người nào đã dạy Kinh Thánh cho chúng ta lần đầu tiên.

Đối với Ti-mô-thê, điều này có nghĩa là sứ đồ Phao-lô trong một khía cạnh nào đó (2:2), quan trọng hơn nữa là bà ngoại Lô-ít và mẹ Ơ-nít của ông (1:5; 3:14-15). Sứ đồ Phao-lô đang khuyên mục sư trẻ hãy giữ chặt Kinh Thánh và Phúc âm thật duy nhất vì ông đã tiếp nhận từ bà ngoại và mẹ của mình. Chúng ta không thường lý luận kiểu này, nhưng chúng ta cũng nên làm như vậy. Trước khi từ bỏ đức tin đã tiếp nhận từ khi còn thơ ấu, hãy nghĩ đến những người đã dạy dỗ mình. Tôi đã học tại một trường cao đẳng Cơ Đốc có những giáo sư dạy môn tôn giáo thường là những người theo trường phái tự do. Tôi đã thấy đức tin của nhiều bạn cùng lớp bị phân chiết và không bao giờ được tu bổ lại lành mạnh hơn. Khi người ta hỏi tại sao tôi không đi vào con đường ấy, câu trả lời tốt nhất – ngoài ân điển của Đức Chúa Trời ra – đó là tôi tin tưởng cha mẹ và sự dạy dỗ của họ hơn là các giáo sư của tôi. Tôi có cũng có những nghi ngờ khi còn là sinh viên trường cao đẳng. Có những câu hỏi mới mà tôi chẳng biết phải trả lời thế nào. Nhưng cái điều đã giữ chặt tôi là sự tin quyết vào những gì mình đã học từ khi còn nhỏ và những người đã dạy dỗ tôi.

Rõ ràng, không phải ai cũng có được may mắn khi lớn lên

cùng với cha mẹ và Hội thánh tuyệt vời. Nhưng điều này không làm cho mạng lịnh của sứ đồ Phao-lô dành cho Ti-mô-thê không thích hợp với người nào kém may mắn. Hãy nghĩ tới các giáo viên trường Chúa Nhật của chúng ta. Hãy nghĩ tới các lãnh đạo ban thanh niên của chúng ta. Hãy nghĩ tới các mục sư. Hãy nghĩ tới cha của mình. Hãy nghĩ tới ông bà. Hãy nghĩ tới mẹ của mình. Họ không có được sự chú ý cao nhất ở trong lòng chúng ta sao? Họ không yêu chúng ta sao? Họ có lừa dối chúng ta chăng? Tất cả những gì họ tin tưởng đều sai hết sao? Nếu chúng ta kết luận rằng những người đã sống trước chúng ta, những người đã dạy chúng ta biết tin cậy Kinh Thánh, những người có kinh nghiệm hơn và khôn ngoan hơn chúng ta, đột nhiên là những kẻ khờ dại thì có hợp lý chăng? Họ có đáng bị chúng ta giễu cợt, phớt lờ, hoặc chê bai chăng?

Các bậc cha mẹ và các mục sư không hề hoàn hảo, ngay cả những người tốt nhất cũng vậy. Sứ đồ Phao-lô không nói rằng chúng ta phải đi theo các cố vấn dù giá phải trả như thế nào. Nhưng điều trọng tâm, cũng là điều các bạn thiếu niên và tuổi đôi mươi hay thắc mắc về các bậc cầm quyền ngoại trừ bản thân mình cần phải cân nhắc là: trước khi chúng ta bỏ lại sau lưng những gì mình đã tin về Kinh Thánh, hãy nhìn vào những người đã dạy chúng ta biết đặc niềm tin và những điều mĩnh đã tin về Kinh Thánh.

Tôi còn nhớ buổi giải đáp thắc mắc tại một hội nghị có người hỏi John Piper rằng: "Tại sao ông lại kết luận sự không sai là đúng?" Điều đầu tiên ra từ miệng của ông đã khiến mọi người phải ngạc nhiên là: "Bởi vì mẹ tôi nói điều này là đúng". Nhưng đó không phải là mấy chữ vô nghĩa hay là lối nói lém lỉnh để tạo sự chú ý. Piper đang nói đến một điều thực sự sâu sắc và có cơ sở Kinh Thánh ở trong đời sống của rất nhiều người. Nó không nhất thiết là dấu hiệu của sự tăng trưởng để quên lửng đức tin hồi thơ ấu, cũng không hẳn bị coi là yếu đuối nếu chỉ tin vào một điều suốt cả cuộc đời. Thật là một vinh dự khi được làm quen với Kinh Thánh từ khi còn thơ ấu. Lý do tối hậu để Ti-mô-thê phải giữ chặt Kinh Thánh còn sâu xa hơn cả Lô-ít và Ơ-nít. Nhưng họ là những người đầu tiên đã dạy ông biết tin cậy Lời của Đức Chúa Trời. Ấy không phải là chuyện nhỏ, cũng không được bỏ sang bên để tiếp nhận những sự khác trong thế gian.

Hãy suy xét khả năng của Kinh Thánh

Lời của Đức Chúa Trời có thể làm được nhiều điều – mọi thứ, thật sao! Đức Chúa Trời đã sáng tạo bằng tiếng phán. Áp-ra-ham được kêu gọi bằng tiếng phán. Dân sự tập hợp lại thành một dân tộc ở dưới núi Si-nai bằng tiếng phán. Sự giải cứu dân sự ra khỏi Ba-by-lôn cũng được thực hiện bằng tiếng phán. La-xa-rơ được sống lại bằng tiếng phán. Hội thánh thời các sứ đồ được hình thành bằng tiếng phán. Trong suốt lịch sử cứu rỗi, chúng ta thấy Đức Chúa Trời sáng tạo, rủa sả, kêu gọi, cải đạo, tập hợp, ban phước, trang bị, cảnh báo và hứa bằng tiếng phán. Trong lịch sử cá nhân, chúng ta cũng thấy quyền năng của Lời Đức Chúa Trời hầu như có khả năng cứu rỗi chúng ta (2 Ti-mô-thê 3:15).

Kinh Thánh không cho chúng ta biết hết mọi sự mà chúng ta muốn biết về mọi thứ. Nhưng Kinh Thánh cho chúng ta biết mọi thứ cần biết về những điều quan trọng nhất. Kinh Thánh cho chúng ta những điều mà Internet, dù có dung lượng bộ nhớ lớn để chứa thông tin đi nữa, không thể làm được, đó là: sự khôn ngoan. Mục đích của Kinh Thánh không phải để chúng ta thông minh hơn, hoặc khiến chúng ta hợp thời hơn, hoặc giàu hơn, hoặc để kiếm việc làm, hoặc để kết hôn, hoặc để giải quyết hết nan đề của chúng ta, hoặc cho chúng ta biết phải sống ở đâu. Mục tiêu của Kinh Thánh là khiến chúng ta trở nên khôn ngoan để biết đặt đức tin nơi Đấng Christ và được cứu rỗi.

Không gì trên thế giới có được khả năng này. Lời phát biểu

của vị tổng thống là quan trọng. Lời khuyên của cha mẹ được tôn trọng. Lời nói từ người phối ngẫu được trân trọng. Nhưng chỉ có Lời Đức Chúa Trời mới cứu rỗi. Chỉ có ở trong Kinh Thánh chúng ta mới được Đức Chúa Trời bày tỏ về Ngài một cách trọn vẹn. Chỉ có trong Kinh Thánh chúng ta mới tìm được tin lành tha thứ mọi tội lỗi. Chỉ có trong Kinh Thánh chúng ta mới được dẫn dắt để tin nhận Chúa Jêsus và nhờ đó mà được sự sống ở trong danh Ngài. Đừng nghĩ chúng ta chẳng có gì quan trọng để chia sẻ cho thế giới. Đừng lo đến việc chúng ta có gì hữu ích để chia sẻ với những người bị tổn thương và nghèo khổ. Đừng tuyệt vọng chỉ vì chúng ta không đủ sức để tạo nên sự biến đổi. Hãy đứng vững trong Phúc âm và tiếp tục tăng trưởng trong Kinh Thánh. Cả hai có thể làm được mọi sự.

Hãy suy xét tính độc đáo của Kinh Thánh
Tôi không ám chỉ về tính sáng tạo hay tính chất nghệ thuật của Kinh Thánh khi dùng từ ngữ "tính độc đáo". Tôi dùng từ ngữ này với nghĩa đen chỉ về nguồn gốc của Kinh Thánh: Kinh Thánh đến từ đâu và ai chịu trách nhiệm cho Kinh Thánh. 2 Ti-mô-thê 3:16 cho chúng ta biết câu trả lời nổi tiếng là: "Cả Kinh Thánh đều được Đức Chúa Trời *soi dẫn*". Trong vòng hơn một thế kỷ qua, một vài học giả đã cố tranh cãi rằng Kinh Thánh được "truyền cảm" với ý nghĩa là một quyển sách gây cảm hứng và có thể truyền cảm hứng cho chúng ta. Nhưng B. B. Warfield đã đạp đổ hoàn toàn sự giải nghĩa mới này hơn một trăm năm về trước, ông đã có kết luận sau khi tìm hiểu thật tỉ mỉ rằng *theopneustos* (tiếng Hy-Lạp được dịch là "được Đức Chúa Trời hà hơi" trong bản ESV) là "chủ yếu nói lên *nguồn gốc* của Kinh Thánh, không phải nói về bản chất và cũng không nói về tác động của Kinh Thánh".[1] Warfield từng

---

1 Benjamins B. Warfield, *Sự thần cảm và thẩm quyền của Kinh Thánh* (Philipsburg, NJ: Trưởng lão & Cải chánh, 1948), trang 296.

nói rằng: "Các trước giả Kinh Thánh không cho Kinh Thánh một sản phẩm của con người được Đức Thánh Linh hà hơi vào, rồi làm tăng chất lượng của Kinh Thánh hoặc thêm cho nhiều chất lượng mới; nhưng Kinh Thánh là sản phẩm từ Thiên thượng được hình thành công cụ là con người".[2] Sự thần cảm của Kinh Thánh là một dữ kiện đã có từ lâu đời, không phải là hy vọng sẽ xảy ra trong tương lai. Kinh Thánh không chỉ truyền cảm hứng, mà còn được thần cảm nữa; không chỉ là hơi thở, mà còn được hà hơi. Cũng như cách diễn đạt của động từ về quyền thế của Đấng Christ, Kinh Thánh chứa đựng tất cả thẩm quyền từ thiên thượng bởi vì Kinh Thánh có nguồn gốc từ thiên thượng.

Điều này là đúng cho *toàn bộ* Kinh Thánh. Mỗi sách, mỗi chương, mỗi dòng, mỗi từ – tất cả đều được Đức Chúa Trời hà hơi. Không chỉ các phần hiển nhiên về thần học. Không chỉ những câu gốc để học thuộc lòng. Không chỉ các phần có ảnh hưởng đến chúng ta. Toàn bộ Kinh Thánh – lịch sử, sử ký, triết lý – mỗi lẽ thật mà Kinh Thánh khẳng định đều phải được xem là lẽ thật của Đức Chúa Trời. Mỗi từ ngữ ở trong Kinh Thánh xuất hiện trong đó bởi vì Đức Chúa Trời muốn chúng có mặt ở trong Kinh Thánh. Do vậy, chúng ta nên lắng nghe Kinh Thánh, giữ chặt Kinh Thánh và đầu phục sự dạy dỗ của Kinh Thánh vì đó là Kinh Thánh của Đức Chúa Trời – kể cả những bản văn Cựu Ước, mà sứ đồ Phao-lô đã nghĩ đến trước tiên, và những bản văn được thần cảm dành cho Hội thánh trong giao ước mới, mà sứ đồ Phao-lô biết rằng mình phải chỉ ra (1 Tê-sa-lô-ni-ca 2:13) và sứ đồ Phi-e-rơ biết rõ quá trình viết ra (2 Phi-e-rơ 3:16).

Điều này thật quan trọng, nếu cả Kinh Thánh đều được Đức Chúa Trời hà hơi, thì phải có sự thống nhất được tìm thấy khắp các trang Kinh Thánh. Ngoài việc không xem thường những khác biệt về giới tính và trước giả là con người, chúng

---

[2] Ibid., trang 153.

ta cũng không nên tiếp cận Kinh Thánh với mong đợi những khác biệt về thần học và sự khác nhau rõ rệt sẽ hoàn toàn được hòa giải.

Tính thống nhất của Kinh Thánh cũng có nghĩa là chúng ta nên bỏ đi "màu đỏ" vô lý mãi mãi, cứ như lời lẽ của Chúa Jêsus mới là những câu quan trọng trong Kinh Thánh, có uy quyền hơn và đến trực tiếp từ thiên thượng hơn các câu Kinh Thánh khác. Một hiểu biết về sự thần cảm trong tin lành không cho phép chúng ta đánh giá cao những dạy dỗ trong Phúc âm nhiều hơn những dạy dỗ khác trong Kinh Thánh. Nếu chúng ta thấy sứ đồ Phao-lô đề cập về sự đồng giới ở trong sách Rô-ma, thì sự mặc khải về điều này không kém hơn việc chúng ta đọc thấy điều đó từ miệng của Chúa Jêsus ở trong sách Ma-thi-ơ.

Sự bày tỏ chính Ngài đầy ân điển của Đức Chúa Trời đến cùng chúng ta qua Ngôi Lời đã trở nên xác thịt và bởi Lời của Đức Chúa Trời. Hai sự mặc khải này cho chúng ta thấy một Đức Chúa Trời, một chân lý, một con đường và một tập hợp những lời hứa, những lời cảnh báo và những mạng lịnh chắc chắn cho đời sống của chúng ta. Chúng ta không nên tìm biết Lời Chúa khỏi những lời thiêng liêng ở trong Kinh Thánh, chúng ta không nên đọc Kinh Thánh mà không tập chú vào Ngôi Lời đã trở nên xác thịt. Khi nhắc tới việc nhìn thấy Đức Chúa Trời và lẽ thật của Ngài qua Đấng Christ và Kinh Thánh, thì không có chuyện điều này đáng tin cậy hoặc phù hợp hơn điều kia. Bởi vì Kinh Thánh được Đức Chúa Trời hà hơi nên sở hữu cùng một thẩm quyền giống như Đức Chúa Jêsus Christ là Con người. Đầu phục Kinh Thánh tức là quy phục Đức Chúa Trời. Nghịch lại Kinh Thánh tức là nổi loạn chống lại Đức Chúa Trời. Kinh Thánh không sai sót, không nao núng, hay là sai lầm, cũng như Đức Chúa Trời là Đấng không sai sót, không nao núng, hay là mắc sai lầm.

Quan điểm cao thượng về Kinh Thánh là Lời của Đức

Chúa Trời được Đức Chúa Trời hà hơi và không có sai sót đã trở thành quan điểm của Cơ Đốc nhân từ lúc ban đầu. Clement của Rome (30-100) đã miêu tả "Kinh Thánh" là "lời chân thật của Đức Thánh Linh" và ông còn viết tiếp rằng "trong đó chẳng có điều gì được viết ra là không công bình hay giả dối cả". Irenaeus (120-202) đã tuyên bố rằng các trước giả Kinh Thánh "được đầy dẫy bằng sự hiểu biết trọn vẹn về mọi đề tài" và "không hề có một lời lẽ sai trật nào". Còn đối với Origen (185-254), "các sách trong Kinh Thánh đều được thần cảm bởi Đức Thánh Linh, không có phân đoạn hay Luật pháp hay Phúc âm, hay các thư tín của một vị sứ đồ nào, mà không được thần cảm từ Chân lý Thiên thượng". Augustine (354-430) đã giải thích trong một bức thư gửi cho Jerome rằng: "Tôi đã biết đưa các sách trong Kinh Thánh thuộc hàng Kinh điển, chỉ có những sách ấy, mới đáng kính sợ và tôn trọng, khiến tôi tin chắc rằng không có một sai sót nào từ tác giả được tìm thấy ở trong đó". Jerome (393-457) đã tuyên bố Kinh Thánh là "nguồn nước tinh khiết nhất . . . đã được viết ra và được biên soạn bởi Đức Thánh Linh".[3] Aquinas (1225-1274) đã luận rằng: "Tác giả của Kinh Thánh là Đức Chúa Trời".[4] Calvin (1509-1564) đã tuyên bố rằng nếu chúng ta theo Kinh Thánh thì chúng ta sẽ được "an toàn khỏi nguy cơ bị sai sót". Chúng ta phải đón nhận "những gì Kinh Thánh dạy bởi vì Kinh Thánh không có khuyết điểm". Chúng ta "phải kính sợ Kinh Thánh giống như chúng ta kính sợ Đức Chúa Trời vậy". Trong Kinh Thánh, Đức Chúa Trời "mở miệng thiêng liêng nhất của Ngài", còn các sứ đồ là "những cây bút chắc chắn và thành thật của Đức Thánh Linh".[5] Không khó để tiếp tục trích dẫn những câu như thế từ Calvin, và quan điểm về sự thần cảm

---

[3] Những trích dẫn này được tìm thấy trong quyển sách *Đức Chúa Trời, Sự mặc khải và Thẩm quyền*, 6 quyển, của Carl F. H. Henry. (Wheaton, IL: Crossway, 1999), 4:370-372.
[4] Summa Theologica I.i.10, trong quyển *Dẫn nhập về St. Thomas Aquinas*, biên soạn bởi Anton C. Pegis (New York: Thư viện Ngày nay, 1965).
[5] Năm trích dẫn này được cẩn thận rút ra từ quyển *Chú giải Ma-thi-ơ 22:29*; *Học viện 1.18.4*; *Học viện 1.6.1* (xem 1.8.5); *Học viện 2.12.1* (cũng xem 1.8.5; 3.22.8; 3.23.5; *Chú giải 1 Phi-e-rơ 1:25*); *Học viện 4.8.9*.

của ông còn xa vời hơn cả tiểu thuyết.

Cho đến gần đây, Cơ Đốc nhân từ mọi nơi đã thừa nhận sự đáng tin cậy hoàn toàn và sự thật dễ hiểu của Kinh Thánh. Nắm giữ quan điểm cao thượng về sự thần cảm – tức là có nguồn gốc từ chính Đức Chúa Trời – không phải là phát minh của bất kỳ truyền thống, nhà thần học, hay trường lớp nào cả. Thật ra, đó là một phần đơn giản của việc trở thành Cơ Đốc nhân.

Hãy suy xét tính thực tiễn của Kinh Thánh

Lý lẽ cuối cùng mà sứ đồ Phao-lô dựa vào để khuyên hãy giữ chặt Kinh Thánh là tính thực tiễn của Kinh Thánh. Có vẻ như đây là một lý do không thuyết phục mấy để đứng vững trong Lời của Đức Chúa Trời, đặc biệt là sau khi biết tất cả vấn đề về *theopneustos*. Nhưng đối với sứ đồ Phao-lô, tính thực tiễn của Kinh Thánh là kết luận cho toàn bộ lập luận của ông. Đó là cao trào và là trọng tâm cho tất cả hệ thống thần học đồ sộ này.

Kinh Thánh có ích cho sự dạy dỗ. Kinh Thánh cho chúng ta biết Đức Chúa Trời là ai và Ngài đòi hỏi điều gì. Kinh Thánh cho chúng ta biết mình là ai, tại sao chúng ta có mặt trên đời, chúng ta đến từ đâu và sẽ đi về đâu. Kinh Thánh cho chúng ta biết tình yêu và hôn nhân. Kinh Thánh cho chúng ta biết sự sống có trước cuộc sống của chúng ta và sự sống sau khi chúng ta qua đời. Trên hết, Kinh Thánh cho chúng ta biết tội lỗi và sự tha thứ, Đấng Christ và thập tự giá, chúng ta bị hư mất và được cứu như thế nào. Vì Kinh Thánh nói những gì Đức Chúa Trời phán, nên chúng ta có thể hoàn toàn tin cậy mọi điều Kinh Thánh nói về tất cả những điều kể trên.

Kinh Thánh có ích cho sự bẻ trách và sửa trị. Kinh Thánh cáo trách và yên ủi. Kinh Thánh làm đau lòng và yên ủi. Kinh Thánh ngăn cản chúng ta khi chúng ta gây chuyện và kéo chúng ta trở lại con đường ngay thẳng. Đức Chúa Trời ban cho chúng ta Kinh Thánh vì Ngài yêu chúng ta đến nỗi cho chúng ta biết suy nghĩ của Ngài và dạy chúng ta biết phải sống như thế nào.

Kinh Thánh có ích cho việc dạy dỗ trong sự công bình. Không ai thành công ở trên đỉnh vinh quang trong các bộ môn thể thao mà không tập luyện. Không ai giỏi âm nhạc mà không cất công luyện tập. Không ai đạt được học bổng mà không mất nhiều năm học tập. Không ai bền đỗ trong trường thánh khiết mà không bỏ ra hàng giờ, hàng ngày và hàng năm ở trong Lời Chúa. Tôi với bạn sẽ không thể trưởng thành ngay lập tức, hầu việc thật hiệu quả, hay là sống cách vẻ vang mà không ngâm mình ở trong Kinh Thánh.

Chúng ta cần Kinh Thánh để trở thành Cơ Đốc nhân thật. Kinh Thánh sẽ uốn nắn chúng ta hầu cho chúng ta có thể chịu khổ. Kinh Thánh sẽ giúp chúng ta biết đưa ra những lựa chọn khó khăn. Kinh Thánh sẽ khiến chúng ta đủ mạnh mẽ để kiên nhẫn với người khác và đủ kiên nhẫn để đáp lại bằng sự nhân từ khi ai đó làm tổn thương chúng ta. Kinh Thánh sẽ giúp chúng ta dậy sớm để chuẩn bị bữa sáng cho những người mới làm mẹ và cầu thay cho bệnh nhân đang nằm trên giường bệnh của họ. Kinh Thánh trang bị cho chúng ta trở thành những người yêu thương bằng lẽ thật và những người nói ra lẽ thật. Kinh Thánh sai chúng ta đến với người nghèo và đón tiếp khách lạ. Không có giới hạn nào ở trong những điều mà Kinh Thánh có thể làm cho chúng ta, vì chúng ta và qua chúng ta. Chúng ta không thể tăng trưởng vượt xa khỏi Kinh Thánh được, bởi vì Kinh Thánh luôn được dùng để giúp chúng ta lớn lên. Kinh Thánh chỉ trở nên thiếu thực tiễn đối với người chưa trưởng thành, và chỉ không thích hợp đối với kẻ dại là những người tin rằng luôn có sự mới mẻ ở dưới mặt trời.

Một điều nghiêm túc
Tôi đã bắt đầu quyển sách này bằng một bài thơ khá dài – một

bài thơ tình yêu có sự ca hát, chia sẻ, học tập, chứa đựng, làm theo, ca khen và cầu nguyện bằng Lời Chúa. Tôi đã bắt đầu bằng sự áp dụng, hy vọng là đến cuối quyển sách thì sự vui mừng và lòng tin quyết ở trong tấm lòng của trước giả Thi thiên sẽ bùng nổ ở trong chính chúng ta. Bây giờ, mọi điều chúng ta đã biết về Kinh Thánh, từ Kinh Thánh, chúng ta nên có một tấm lòng sẵn sàng ngợi khen và một tâm trí sẵn sàng hành động.

Chúng ta cũng nên sẵn sàng để đứng vững – để tiếp tục sống trong lẽ thật của Lời Đức Chúa Trời, để tiếp tục đọc và lắng nghe Lời Chúa. Trong một thế giới chỉ biết coi trọng sự mới mẻ, sự tiến bộ và sự tiến triển, thì chúng ta cần phải nhớ rằng Đức Chúa Jêsus Christ là Đấng hôm qua, hôm nay và mãi mãi không bao giờ thay đổi (Hê-bơ-rơ 13:8). Vì Chúa không thay đổi, nên lẽ thật của Ngài cũng vậy. Điều này có nghĩa là sự kiên định là phần tốt của sự dũng cảm. Charles Hodge, một nhà thần học Princeton lỗi lạc vào thế kỷ 19, đã bị chế giễu vì nói rằng: một ý tưởng mới không được xảy ra tại Trường Thần học Princeton. Nhưng để phát họa lời tuyên bố này bằng gam màu tối, giống như một trong những tiểu sử gần đây của Hodge đã chỉ ra, là đánh giá thấp món quà tuyệt vời nhất của Hodge, đó là: quyết tâm không đổi dời của ông. "Dựa vào bối cảnh gốc, lời phê bình của Hodge đã bắt lấy bản chất vốn có của con người. Ông không hề hứng thú về thần học cách tân vì ông tin rằng niềm tin chính thống không thể có sự cải tiến nào nữa".[6] Hodge không đi tìm những ý mới về Đức Chúa Trời, vì ông tin lẽ thật đã được bày tỏ rồi. Ông đã cam kết cả đời sẽ giải thích và bên vực cho Kinh Thánh vì ông tin, như Chúa Jêsus đã tin, rằng: trên hế tất cả, điều cơ bản nhất chúng ta có thể nói – trong số hàng trăm điều chúng ta có thể và nên nói – về Lời Đức Chúa Trời đó là Lời Chúa là lẽ

---

[6] Paul C. Gutjahr, *Charles Hodge: Người bảo vệ tính Chính thống của người Mỹ* (Oxford: Nhà in Đại học Oxford, 2011), trang 363.

thật (Giăng 17:17).

John Newton, một người buôn nô lệ đã trở thành mục sư và nhạc sĩ viết bài thánh ca, kể lại câu chuyện có lần đến thăm một người phụ nữ bình dị đã qua đời dù còn rất trẻ vì "thói quen tiêu dùng kéo dài". Cô ta là một người "minh mẫn, thận trọng, đơn sơ, có thể đọc Kinh Thánh, nhưng lại đọc rất ít". Newton cho rằng cô ta chưa bao giờ đi xa hơn hai mươi dặm từ nhà của mình. Vài ngày trước khi cô ấy qua đời. Newton đã cầu nguyện với cô ấy và "cảm tạ Chúa vì bây giờ Ngài đã cho cô nhìn thấy mình đã không tin vào truyền thuyết giả dối nào đó". Người phụ nữ lặp lại mấy lời cuối cùng của Newton rằng: "Không, không phải là truyền thuyết giả dối nào cả; đó là những điều có thật hoàn toàn". Sau đó, cô ấy nhìn thẳng vào Newton, nhắc ông nhớ đến công việc khó nhọc của mình và tầm quan trọng của lẽ thật:

> Thưa ông, thật là phước thay khi ông được kêu gọi để rao giảng Phúc âm. Tôi rất thích nghe ông giảng; nhưng tôi xin phép nói với ông rằng bây giờ tôi mới thấy được những gì ông đã giảng, hoặc là chỉ một chút nào đó thôi. Nhưng từ bây giờ cho đến lúc ông ở vào vị trí của tôi, để sự chết và cõi đời đời trở thành hiện thực trước mắt, thì ông mới hiểu hết được gánh nặng khổng lồ và tầm quan trọng của lẽ thật mà ông thường rao giảng.

Ngẫm nghĩ về ngày cuối cùng của người phụ nữ đó, Newton nhớ lại "tất cả những gì cô ấy nói, có một giá trị, gánh nặng và bằng chứng, mà tôi nghĩ vài giáo sư thần học, khi ngồi rao giảng, không có được". Ông thấy trong lời làm chứng của cô ta – cũng như rất nhiều lần ông nhìn thấy ở bệnh nhân và người sắp chết – có một "bằng chứng chắc chắn" về những lẽ thật vĩ đại của Phúc âm mà Đức Chúa Trời đã phán ở trong Lời của Ngài. Người phụ nữ trẻ kêu: "Ôi! Thưa ông, qua đời là một điều nghiêm túc; không có lời lẽ nào có thể diễn đạt được nhu cầu của linh hồn trong thời khắc tử biệt ấy".[7]

Không lời lẽ nào có thể diễn đạt được nhu cầu của linh hồn trong thời khắc tử biệt của chúng ta. Nhưng có nhiều lời để nâng đỡ chúng ta trong giây phút ấy, và trong mỗi khoảnh khắc từ giờ phút này cho đến lúc đó. Đó là những lời của lẽ thật, lời của sự sống, không sai sót, không sai lầm, tôn cao Đấng Christ, thần cảm bởi Thánh Linh, được Đức Chúa Trời hà hơi trong Kinh Thánh. Hãy giữ chặt Kinh Thánh có lẽ là một nhiệm vụ không nặng nề trong lúc này, nhưng chúng ta sẽ biết được trọng lượng của sứ mạng ấy vào một ngày không xa. Sẽ đến lúc chúng ta phát hiện ra cuộc đời mình được xây dựng ở trên những điều tầm thường hay trên những điều có thật.

Vậy, chúng ta đừng lay chuyển cam kết của mình đối với Kinh Thánh không thể bỏ được. Chúng ta cũng đừng đi lạc khỏi lẽ thật của thiên thượng. Chúng ta cũng đừng nao núng ở trong niềm vui và khao khát của mình. Đức Chúa Trời đã phán và Ngài vẫn phán qua sự mặc khải ấy. Sau cùng thì chúng ta có thể tin Kinh Thánh vì chúng ta tin vào quyền năng, sự khôn ngoan, sự tốt lành và sự thật về Đức Chúa Trời, là Đấng có thẩm quyền và chân thật không thể bị tách rời khỏi Kinh Thánh. Chúng ta tin cậy Kinh Thánh vì đó là Kinh Thánh của Đức Chúa Trời. Còn Đức Chúa Trời là Đức Chúa Trời, chúng ta có đủ lý do để biết Chúa thật như Lời.

---

[7] Câu chuyện này, bao gồm cả những trích dẫn, có thể được tìm thấy trong quyển Những lá thư của John Newton (Edinburgh: Banner of Truth, 2007 [1869]), trang 100-101.

Phụ lục

Ba mươi quyển sách hay nhất
từ The Good Book

Mục lục này không có ý để làm chúng ta cảm thấy kiệt sức. Đây chỉ là danh sách gồm ba mươi quyển sách mà tôi thấy rất có ích để phát triển và bênh vực cho giáo lý về Kinh Thánh của Kinh Thánh. Để làm nổi bật các nguồn tư liệu dễ tìm nhất đối với độc giả nói chung, tôi đã tự giới hạn phạm vi đọc sách của mình (tức là không có các bài viết hằng ngày, không tìm kiếm từ bách khoa toàn thư) và đã rất cố gắng sử dụng những tài liệu dễ tìm nhất. Điều này đã khiến cả danh sách thiêng về các sách xuất bản gần đây nhiều hơn. Mỗi quyển đều có kèm theo ghi chú "Bắt đầu", "Trung cấp" hay là "Cao cấp", để chúng ta biết sách nào dành cho mình.

Biện giáo

Blomberg, Craig. *The Historical Reliability of the Gospels* (IVP Academic, 2007). Nói về những phép lạ, những mâu thuẫn hiển nhiên, vấn đề cộng quan, và nhiều khía cạnh khác liên quan đến sự đáng tin cậy của bốn sách Phúc âm. (Trung cấp)

Bruce, F. F. *The New Testament Documents: Are They Reliable?* (Eerdmans, 2003 [1960]). Tương tự như quyển của

Blomberg', nhưng ngắn hơn, dễ hiểu hơn và tập trung nhiều vào các tài liệu. (Bắt đầu)

Jones, Timothy Paul. *Misquoting Truth: A Guide to the Fallacies of Bart Ehrman's "Misquoting Jesus"* (InterVarsity Press, 2007). Một đáp ứng xuất sắc dành cho quyển sách "nhiều việc vô nghĩa" của Ehrman về vấn đề phê bình bản văn. (Bắt đầu)

Kaiser, Walter. *The Old Testament Documents: Are They Reliable and Relevant?* (IVP Academic, 2001). Tìm hiểu những vấn đề tương tự về bản sao của Tân Ước: kinh điển, lịch sử, khảo cổ học và chuyển giao bản văn. (Trung cấp)

Kruger, Michael J. *Canon Revisited: Establishing the Origins and Authority of the New Testament Books* (Crossway, 2012). Một kết hợp đồ sộ về lịch sử và thần học để giải thích về sự phát triển của kinh điển. (Cao cấp)

Cổ điển

Bavinck, Herman. *Reformed Dogmatics, Volume One: Prolegomena* (Baker Academic, 2003 [1906]), pages 283–494. Chúng ta sẽ không tìm được ở đâu có hai trăm trang tốt hơn nói đến giáo lý về Kinh Thánh từ một góc nhìn Cải chánh – lỗi lạc, bao quát và đậm chất Thánh Kinh. (Cao cấp)

Calvin, John. *Institutes of the Christian Religion* (Westminster John Knox, 1960 [1559]), quyển 1, chương 1-10. Nhiều bài tĩnh nguyện và dễ hiểu chúng ta nghĩ. (Trung cấp)

Lillback, Peter A., và Richard B. Gaffin Jr. *Thy Word Is Still Truth: Essential Writings on the Doctrine of Scripture from the Reformation to Today* (Presbyterian & Reformed, 2013). Một tuyển tập đáng chú ý về những phát biểu quan trọng nhất trong Kinh Thánh từ những người thuộc tính chính thống Cải chánh, đặc biệt là trong hàng Princeton Xưa.

Machen, J. Gresham. *Christianity and Liberalism*

(Eerdmans, 2009 [1923]). Vẫn là thuốc giải hữu hiệu nhất cho sự lôi cuốn của chủ nghĩa đổi mới về thần học. (Bắt đầu)

Turretin, Francis. *Institutes of Elenctic Theology, tập Một* (Presbyterian & Reformed, 1997 [1679]), trang 55–167. Trình bày có thự tự và tỉ mỉ về nội dung; một tác phẩm kinh điển đã bị lãng quên. (Cao cấp)

Warfield, Benjamin B. *The Inspiration and Authority of the Bible* (Presbyterian & Reformed, 1948). Một tuyển tập các bài góc nhìn của Warfield từ cuối thế kỷ 19 cho đến đầu thế kỷ 20; có lẽ là quyển sách có tầm ảnh hưởng quan trọng nhất nói đến giáo lý về Kinh Thánh trong vòng 150 năm trở lại đây. (Cao cấp)

Các tác phẩm tổng hợp nói đến giáo lý về Kinh Thánh

Carson, D. A. *Collected Writings on Scripture* (Crossway, 2010). Không ai nói đến giáo lý về Kinh Thánh ngày hôm nay thật sắc bén và sâu sắc bằng Carson. (Trung cấp)

Carson, D. A., và John D. Woodbridge, eds. *Hermeneutics, Authority, and Canon* (Baker, 1995). Một tuyển tập các bài tiểu luận thú vị từ những người như Vanhoozer, Silva, Blomberg và Moo. (Trung cấp)

Scripture and Truth (Baker, 1992). Tiền thân của tác phẩm nói trên; trong đó có những bài tiểu luận đặc sắc của Grudem, Godfrey, Nicole và Packer. (Trung cấp)

Frame, John. *The Doctrine of the Word of God* (Presbyterian & Reformed, 2010). Cho dù có một quan điểm thấp kém về sự giảng luận và mười bảy phụ lục, đây có lẽ là một tác phẩm đương đại rất hay duy nhất về chủ đề này. (Bắt đầu)

Grudem, Wayne A. "Phần 1: Giáo lý về Lời của Đức Chúa Trời". Trang 45–138 trong quyển Thần học Hệ thống: *Một dẫn nhập về Giáo lý Kinh Thánh* (Zondervan, 1994). Thật rõ ràng đến khác thường, được biên soạn có trật tự và đâm rễ trong Lời Chúa. (Bắt đầu)

Helm, Paul và Carl Trueman biên soạn. *The Trustworthiness of God: Perspectives on the Nature of Scripture* (Eerdmans, 2002). Vài chương hay hơn các chương khác; những chương của Macleod, Trueman, Ward và Helm có sự vững chắc hơn. (Trung cấp)

Henry, Carl F. H. *God, Revelation, and Authority*, 6 tập. (Crossway, 1999). Một tác phẩm bênh vực cho giáo lý về Kinh Thánh của Tin lành dễ hiểu nhất; chặt chẽ, toàn diện và uy tín. (Cao cấp)

Nichols, Stephen J., và Eric T. Brandt. *Ancient Word, Changing Worlds: The Doctrine of Scripture in a Modern Age* (Crossway, 2009). Một tác phẩm kể chuyện và tài liệu lịch sử về trận chiến vì Kinh Thánh trong vòng hơn một trăm năm qua. (Bắt đầu)

Packer, J. I. *"Trào lưu Chính thống" và Lời của Đức Chúa Trời* (Eerdmans, 1958). Tác phẩm đề cập đến những mâu thuẫn trong thời điểm và địa điểm khác, nhưng vẫn rất đáng chú ý; nếu chúng ta muốn đọc chỉ một quyển về giáo lý Kinh Thánh, hãy đọc quyển này. (Trung cấp)

Truth and Power (Harold Shaw, 1996). Các phần rất hay về giảng luận và tầm quan trọng của phạm trù "không sai". (Bắt đầu).

Thompson, Mark D. *A Clear and Present Word: The Clarity of Scripture* (InterVarsity Press, 2006). Một tác phẩm hay rất ngắn về tính rõ ràng; đặc biệt tập trung vào thần học của Martin Luther. (Trung cấp)

Ward, Timothy. *Words of Life: Scripture as the Living and Active Word of God* (IVP Academic, 2009). Một tóm tắt xuất sắc về thần học Cải chánh kinh điển, được xây dựng dựa vào Calvin, Turretin, Bavinck và Warfield; tập trung mạnh vào Ba Ngôi Đức Chúa Trời; khẳng định tính không sai nhưng làm giảm sự quan trọng của nó. (Trung cấp)

Wenham, John. *Christ and the Bible*, ấn bản thứ 3. (Wipf & Stock, 2009). Một trong những tác phẩm rất hay tra xét về quan điểm của Chúa Jêsus đối với Kinh Thánh. (Trung cấp)

Woodbridge, John D. *Biblical Authority: A Critique of the Rogers/McKim Proposal* (Zondervan, 1982). Đạp đổ lời đề nghị của Rogers/McKim đã luận rằng tính không sai là sự lầm lạc trong lịch sử Hội thánh và không phải là giáo lý của các nhà Cải chánh. (Trung cấp)

Nghiên cứu và giải nghĩa Kinh Thánh như thế nào

Plummer, Robert. *40 Questions about Interpreting the Bible* (Kregel Academic, 2010). Một công cụ tuyệt vời cho bất kỳ lớp học môn đồ hóa và bất kỳ người môn đồ nào. (Bắt đầu)

Sproul, R. C. *Knowing Scripture* (InterVarsity Press, 2009). Xuất bản đầu tiên vào năm 1977, bản cập nhật này (giống như tác phẩm của) tập trung vào những nguyên tắc giải nghĩa và đưa ra nhiều gợi ý thực tiễn để nghiên cứu Kinh Thánh. (Bắt đầu)

Tính không sai

Beale, G. K. *The Erosion of Inerrancy in Evangelicalism: Responding to New Challenges to Biblical Authority* (Crossway, 2008). Một tác phẩm cần thiết và mạnh mẽ về việc bênh vực tính không sai trong quyển sách *Incarnation and Inspiration* đã gây ầm ĩ của Peter Enns. (Cao cấp)

Geisler, Norman L., ed. *Inerrancy* (Zondervan, 1980). Một tuyển tập các bài tiểu luận quan trọng từ những ngày đầu; Chương của Feinberg đề cập ý nghĩa của sự không sai thật có giá trị. (Trung cấp)

Poythress, Vern Sheridan. *Inerrancy and Worldview* (Crossway, 2012). Trình bày thật thuyết phục rằng sự không sai là một giáo lý liên quan đến toàn bộ đời sống. Cũng xem tác phẩm kèm theo là *Inerrancy and the Gospels*. (Trung cấp)

Về tác giả

Kevin DeYoung (Tiến sĩ, Trường Đại học Leicester) là mục sư quản nhiệm tại Hội thánh Giao ước Đấng Christ ở Matthews, Bắc Carolina, ông còn là giáo sư trợ giảng môn thần học hệ thống tại Trường Thần học Cải chánh ở Charlotte. Ông là tác giả nhiều sách dành cho trẻ em, người lớn, và các đề tài học thuật khác bao gồm: *Just Do Something*; *Crazy Busy*; và *The Biggest Story*. Kevin và vợ, Trisha, có chín đứa con.

Mục vụ Tiên Phong

Mục vụ Tiên Phong chuyển ngữ và xuất bản tài liệu Cơ Đốc, để rao truyền sự vinh hiển của Đức Chúa Trời, vì sự vui mừng của người Việt, đặc biệt là qua sự chịu khổ, trong Đức Chúa Jêsus Christ.

Tài liệu Cơ Đốc này không thể thay thế Lời Chúa và những tài liệu của Hội thánh mà quý con cái Chúa đang nhóm lại hàng tuần. Chúng tôi chỉ mong con cái Chúa sử dụng các tài liệu này để bày tỏ Phúc âm của Đức Chúa Jêsus Christ cho gia đình, người thân, bạn bè và cộng đồng xung quanh.

Nếu bạn muốn biết làm thế nào để dâng hiến và tìm hiểu thêm về tài liệu Cơ Đốc của Mục vụ Tiên Phong, xin vui lòng liên hệ chúng tôi bằng thư điện tử *info@tienphong.org*, hoặc bạn có thể tìm đến trang điện tử *www.tienphong.org* để mua, tải về và đọc các tài liệu miễn phí của chúng tôi.

Chúng tôi chân thành biết ơn các anh chị em con cái Chúa đã tin tưởng hỗ trợ dự án tài liệu Cơ Đốc cho người Việt của Mục vụ Tiên Phong.

Xin Chúa dẫn dắt,
Mục vụ Tiên Phong